ബാലസാഹിത്യം

മിത്തുകളിലെ മുത്തുകൾ

പ്രൊഫ. ചാക്കോ കാക്കശ്ശേരി

Little Green

little green
an imprint of green books private limited
gb building, civil lane road, ayyanthole,
thrissur- 680 003, kerala
ph: +91 487-2381066, 2381039
website: www.greenbooksindia.com

branches:
thrissur 0487-2422515
thiruvananthapuram 0471-2335301
calicut 0495 4854662

malayalam
mithukalile muthukal
children story
by
prof. chakko kakkassery

published august 2023

cover design : s. mahendra

printed in india
manipal technologies ltd

isbn : 978-81-19486-14-4

₹ 190.00
LGPL/048/2023

സമർപ്പണം

കുഞ്ഞുനാളിൽ എന്നെ
കഥകളൂട്ടി വളർത്തിയ
സ്നേഹനിധിയായ എന്റെ അമ്മയ്ക്ക്.

ഉള്ളടക്കം

ആമുഖം

നൂറ്റാണ്ടുകൾക്കുമുൻപുതന്നെ, മനുഷ്യബന്ധങ്ങളെ ഊട്ടി ഉറപ്പിച്ചിരുന്നത്, ഓരോ നാടുകളിലും നിലനിന്നിരുന്ന പുരാണ കഥകളും നാടോടി (Myths) കഥകളിലൂടെയുമായിരുന്നു. കഥകൾ കേട്ടാണ് അന്നും ഇന്നും മനുഷ്യർ ജീവിക്കുന്നത്. മിത്തുകളെ വിശ്വസിക്കണമെന്ന് ആരും നിർബന്ധിക്കുന്നില്ല. മിത്തുകളിലൂടെ ആശ്വാസം കണ്ടെത്തിയിരുന്ന കാലമുണ്ടായിരുന്നു. മിത്തുകൾക്ക് ഒരുതരം മാന്ത്രികശക്തിയുണ്ട്. ഓരോ സംസ്കാരത്തിനും അവരുടേതായ പുരാണകഥകളുണ്ട്. അവ വിശ്വാസങ്ങളും ആചാരങ്ങളുമായി ഇന്നും നിലനിൽക്കുന്നു. തലമുറകൾ കൈമാറിവരുന്ന പാരമ്പര്യത്തിന്റെ സൃഷ്ടിയാണത്.

ഗുരുക്കന്മാർ പഠിപ്പിച്ചിരുന്നത് കഥകളിലൂടെയായിരുന്നു. പ്ലാറ്റോ തന്റെ തത്ത്വസംഹിതകൾ എളുപ്പമാക്കിയിരുന്നതും ഇതേ വഴിയിലൂടെയായിരുന്നു. യേശു തന്റെ അനുയായികളോട് സംവദിച്ചിരുന്നത് ഉപമകളിലൂടെയായിരുന്നു. നാടോടിക്കഥകളും ഐതിഹ്യങ്ങളും പുരാണകഥകളുമെല്ലാം അവിശ്വസനീയവും അസംഭവ്യവുമൊക്കെയാണെന്ന് മുദ്രകുത്തി തള്ളിക്കളയാമെന്ന് നമുക്ക് തോന്നാമെങ്കിലും സാംസ്കാരികമായും ശാസ്ത്രീയമായും യുക്തിസഹമായും വളർന്നിട്ടില്ലാത്ത ജനതയ്ക്ക് ആശ്വാസം പകർന്നവയായിരിക്കണം അവ. ജനനം, കുടുംബ ജീവിതം, മരണാനന്തരജീവിതം എന്നീ മേഖലകളിലൊക്കെ ഇത്തരം മിത്തുകളുടെ സ്വാധീനം ഇന്നും കാണാം. സൂര്യൻ, ഇടിമിന്നൽ, ഇരുട്ട്, കാറ്റ്, കടൽ എന്നീ പ്രകൃതിശക്തികൾ എന്താണെന്നറിയാതിരുന്ന കാലത്ത്

അവയെ ഭയന്ന് ദൈവത്വം കൽപിച്ച് കുറെ മിത്തുകളുണ്ടായി. ശാസ്ത്രത്തിന്റെ വളർച്ചയോടെയാണ് ഈ ഭയപ്പാടുകളിൽനിന്ന് മോചനം ലഭിക്കുന്നത്. ഇത്തരം കഥകളിൽനിന്നും പുരാവൃത്തങ്ങളിൽനിന്നുമാണ് മിത്തുകൾ മനുഷ്യമനസ്സിൽ രൂപപ്പെട്ടത്. അവയിൽനിന്ന് തെരഞ്ഞെടുത്ത ചില മൊഴിമുത്തുകളാണ് ഈ പുസ്തകത്തിൽ ക്രോഡീകരിച്ചിരിക്കുന്നത്.

പ്രൊഫ. ചാക്കോ കാക്കശ്ശേരി

നന്ദി

വാമൊഴിയായി എന്റെ കഥകൾ കേട്ട്
എന്നെ പ്രോത്സാപ്പിച്ച, വിമർശിച്ച
എന്റെ കൂട്ടുകാർക്കും കുടുംബാംഗങ്ങൾക്കും
വായനയ്ക്കായി എനിക്ക് വാതിൽ തുറന്നുതന്ന
കാനഡ, ആസ്ത്രേലിയ എന്നിവിടങ്ങളിലെ
വായനശാലകളിലെ 'മിത്തോളജി'
സെക്ഷൻ ലൈബ്രേറിയന്മാർക്കും
'സ്കോളർലി' ആയ ഒരു അവതാരികയ്ക്ക്
രൂപം നല്കി ഈ പുസ്തകത്തെ ധന്യമാക്കിയ
ഡോ. മോളി ജോസഫ് മാമ്പിള്ളിക്കും
(Rtd. H.O.D. ലിറ്റിൽ ഫ്ളവർ കോളേജ്, ഗുരുവായൂർ)
മുദ്രണം കഴിഞ്ഞ് താളുകൾ തുന്നിക്കൂട്ടി
പുസ്തകരൂപത്തിലാക്കി ഒരു എഴുത്തുകാരന്റെ
സ്വപ്നം സുസാധ്യമാക്കിയ ഗ്രീൻ ബുക്സിനും നന്ദി.

പ്രൊഫ. ചാക്കോ കാക്കശ്ശേരി

അവതാരിക

ഡോ. മോളി ജോസഫ് മാമ്പിള്ളി
(റിട്ട. വകുപ്പ് മേധാവി എൽ.എഫ്. കോളേജ്, ഗുരുവായൂർ)

മനുഷ്യമനസ്സുകളിൽ എന്നെന്നും കൗതുകമുണർത്തുന്ന കർമ്മമാണ് കഥാകഥനവും കഥാശ്രവണവും. ഈ സിദ്ധി അതിപുരാതനകാലം മുതൽക്കേ മനുഷ്യന് കൈവന്നിട്ടുണ്ട്. വാമൊഴിയായും വരമൊഴിയായും വളർന്ന് പന്തലിക്കുന്ന സാഹിത്യപ്രസ്ഥാനത്തിലെ നാടോടി വിജ്ഞാന ശാഖയിൽ, മിത്തുകൾ, പുരാവൃത്തങ്ങൾ, ഇതിഹാസങ്ങൾ, നാടോടിക്കഥകൾ എന്ന രീതിയിലെല്ലാം അവ സ്ഥാനം ഉറപ്പിച്ചു കഴിഞ്ഞു. ഒരു ജനതയുടെ സാംസ്കാരിക പഠനത്തിനുള്ള കരുതലുകളാണ് തലമുറകളായി വിവിധ ദേശസമൂഹങ്ങളിൽ പ്രചുരപ്രചാരം നേടിയ ഇത്തരം വാമൊഴി വഴക്കങ്ങൾ.

കഥായജ്ഞത്തിന്റെ ലക്ഷ്യം കേവലം രസാസ്വാദനം മാത്രമല്ല, അത് പാപമുക്തിയും ശാപമോക്ഷവും മാനസാന്തരത്തിലൂടെ ഉളവാകുന്ന ഹൃദയവിശുദ്ധിയും ആസ്വാദകർക്ക് സമ്മാനിക്കുന്നു. കഥാസ്വരൂപങ്ങളുടെ ഫലശ്രുതിയാണത്. നമ്മുടെ ഇതിഹാസഗ്രന്ഥങ്ങളുടെ പാരായണവും കേൾവിയും ഇക്കാര്യം വ്യക്തമാക്കുന്നുണ്ട്. കഥാസരിത് സാഗരവും അറേബ്യൻ കഥകളും പഞ്ചതന്ത്രകഥകളും മിത്തുകളും എല്ലാം ഈ ധർമ്മം നിർവ്വഹിക്കുന്നുണ്ട്.

ജീവിതം ക്ലേശകരമായിത്തീരുന്ന സമൂഹത്തിൽ നിന്നാണ് ഇത്തരം കഥാരൂപങ്ങൾ ഉദയം കൊള്ളുന്നത്. ഏതൊരു പ്രായത്തിലും കഥാശ്രവണ കൗതുകം ഉണ്ടാവുക എന്നത് സ്വാഭാവികമാണ്. ദേശ, കാലാതിവർത്തിയായി കേൾവിക്കാരിലും വായനക്കാരിലും ജിജ്ഞാസ

ഉണർത്തുന്ന മിത്തുകൾ ബാല്യകാലത്തിന്റെ ആനന്ദവും കൗമാരത്തിന്റെ കൗതുകവും യൗവ്വനത്തിന്റെ ഊർജ്ജവും വാർദ്ധക്യത്തിന്റെ സാന്ത്വനവുമായി മനുഷ്യമനസ്സുകളെ തൊട്ടുണർത്തുന്നു എന്നുള്ളത് മിത്തുകളുടെ സൗന്ദര്യ മാണ്.

പ്രാചീന മനുഷ്യന്റെ സങ്കല്പധാരയിൽനിന്നും ജീവി താനുഭവപരിസരങ്ങളിൽനിന്നും ഉദയം കൊള്ളുന്ന നാടോടിക്കഥാരൂപങ്ങളുടെ ആവിഷ്കാരവും അവതര ണവും അറിവിന്റെ വ്യാപനം സുസാധ്യമാക്കുന്നു; വിജ്ഞാനത്തിനും 'ജ്ഞാനോദയ'ങ്ങൾക്കും അവസര മൊരുക്കുന്നു. പാരമ്പര്യബോധങ്ങൾ ഉണർത്തുന്നു; അതതു സമൂഹത്തിന്റെ ജീവിതരീതിയും നൈതിക ബോധവും സാമൂഹികവിധികളും മനസ്സിലാക്കാൻ സാധി ക്കുന്നു. ജനനമരണങ്ങൾക്കിടയിലുള്ള ഇടവേളയായ ജീവിതത്തിന്റെ സുഖദുഃഖങ്ങൾ, നിരാശ, സ്നേഹം, വിദ്വേഷം, ശുഭാപ്തിവിശ്വാസം, ധൈര്യം, ബലഹീനത, സാഹസം, പരാക്രമം, വിജയപരാജയങ്ങൾ, മൃഗീയത, ദാക്ഷിണ്യം, മനോഭാവം ഇവയെല്ലാം കഥകളിൽ നമുക്ക് വായിച്ചെടുക്കാനാകും.

മനുഷ്യമനസ്സുകളിൽ തിരിച്ചറിവിന്റെ വെളിച്ചം കൊളുത്തി, ജ്ഞാനം പകരുന്ന ഗുരുസാന്നിധ്യമാണ്, വൈവിധ്യമാർന്ന കഥാസഞ്ചയം. അന്നും ഇന്നും 'അതി ജീവന'മന്ത്രത്തിന്റെ മധുരസംഗീതമായി നിലനില്ക്കുന്നു. ഗൂഢാർത്ഥ കഥകൾ അഥവാ 'മിത്തു'കൾ ആണ് പ്രൊഫ. ചാക്കോ കാക്കശ്ശേരിയുടെ 'മിത്തുകളിലെ മുത്തുകൾ' എന്ന മനോഹരമായ രചനയ്ക്ക് ആധാരമായിട്ടുള്ളത്. അഭിനവമായ ഒരു കാഴ്ചപ്പാടിലൂടെ പ്രൊഫസർ ഈ കൃതി നമുക്കു പരിചയപ്പെടുത്തുന്നു. മിത്തുകളിലെ മുത്തുകൾ കുഞ്ഞുങ്ങളിലേക്ക് പകർന്നുകൊടുത്ത് അവ രുടെ ചിന്തയെ ഉദ്ദീപ്തമാക്കുന്ന മധുരവും സൗമ്യവും ദീപ്തവുമായ രചനാരീതി അഭിനന്ദനീയം തന്നെ.

ബാബിലോണിയൻ, റോമൻ, ഗ്രീക്ക്, ഈജിപ്ഷ്യൻ, ചൈനീസ്, പേർഷ്യൻ, ഇന്ത്യ, ജപ്പാനീസ്, അറേബ്യൻ എന്നിങ്ങനെ ഭൂഗോളത്തിന്റെ എല്ലാ അതിർരേഖകളെയും മെല്ലെമെല്ലെ മായ്ച്ചുകളഞ്ഞുകൊണ്ട്, ഒരു ഏകലോക സംസ്കാരത്തെ ഉള്ളംകയ്യിൽ വച്ചുതരുന്ന രചന. ഒറ്റ

വാചകത്തിൽ ഈ പുസ്തകത്തെ ഇങ്ങനെ അടയാളപ്പെടുത്താം. മനുഷ്യനിർമ്മിതമായ മുദ്രകളുടെ ഏകീകരണ മന്ത്രമാണ് കഥകൾ. ഭൂമുഖത്ത് മനുഷ്യവർഗ്ഗം ഉത്ഭവിച്ച്, വികസിച്ച്, പരിണമിച്ചപ്പോൾ അതോടൊപ്പം വളർന്ന് പന്തലിച്ചതാണവ. കഥപറച്ചിലിന്റെ വാമൊഴി പാരമ്പര്യത്തിൽനിന്ന് പിന്നീടത് വരമൊഴിയിലേക്ക് കടന്നപ്പോൾ, എക്കാലത്തും സൂക്ഷിക്കാവുന്ന സംസ്കാരത്തിന്റെ ഈടുവെപ്പുകളായി അവ മാറി.

ഒരു തലമുറയിൽനിന്നും അടുത്ത തലമുറയിലേക്ക് അറിവിന്റെ വിനിമയം സുസാധ്യമാക്കുന്ന സൂത്രവഴികൾ എന്ന് കഥ പറച്ചിലിനെ വിളിച്ചാലും തെറ്റില്ല. മിത്തും പുരാവൃത്തങ്ങളുമായി അവയിൽ പലതും ജനമനസ്സുകളിൽ ശാശ്വത പ്രതിഷ്ഠ നേടി. ഭാവനയും ചരിത്രവും ഊടുംപാവും നെയ്ത ഈ കഥാലോകത്തിലൂടെ സഞ്ചരിച്ചുകൊണ്ട് 'ചിപ്പിക്കുള്ളിൽ വിളയുന്ന വിലയേറിയ മുത്തുപോലെ' കഥയിലെ കാതലിനെ കരുതലോടെ നമുക്കായി വച്ചുനീട്ടുന്ന വരപ്രസാദമാണീ സമാഹാരത്തിലെ രചനകൾ. ഇവയെ മിത്തുകളുടെ പുനരാവിഷ്കാരമെന്നാണോ കഥാരചനയെന്നാണോ വിളിക്കേണ്ടത് എന്ന കാര്യം വായനക്കാരന് തീരുമാനിക്കാം.

കഥകൾ പലതും പലരീതിയിൽ മുമ്പേതന്നെ പറയപ്പെട്ടിട്ടുള്ളവയാണ്. മിത്തും പുരാവൃത്തവും ഉൾവഹിക്കുന്ന, യുക്തിഭദ്രമായ അറിവിനെ വേർതിരിച്ച് വിശേഷാൽ അവതരിപ്പിക്കുകവഴി, പുതുതലമുറയുടെ ജിജ്ഞാസയെ തൃപ്തിപ്പെടുത്തുവാൻ ഗ്രന്ഥകാരന് കഴിയുന്നു. കഥയിലെ പൊരുളിനെ വേർതിരിച്ചെടുക്കുകവഴി, കനമുള്ള കതിർമണികൾ ചേറിക്കൊഴിച്ച് എടുക്കുന്ന കർഷകനെപ്പോലെ കഥയിലെ സാരാംശത്തെ നഷ്ടപ്പെടുത്താതെ സൂക്ഷ്മതയോടെ, അവധാനതയോടെ അനുവാചകസമക്ഷം അവതരിപ്പിക്കുന്നു. പതിരില്ലാത്ത കഥകൾ എന്ന് ഇതിനെ വിളിക്കാം.

മിത്തും പുരാവൃത്തവും ചരിത്രമല്ല, പക്ഷേ അവയിൽ ആഴത്തിൽ അലിഞ്ഞുകിടക്കുന്ന ദേശവും കാലവും സംസ്കാരവും ഉണ്ട്. സൂക്ഷിച്ചു വിലയിരുത്തണം. അതിൽ ചില യുക്തികൾ പ്രവർത്തിക്കുന്നു. കഥയിലെ യുക്തിയെ

മിത്തിലെ മുത്ത് എന്ന പ്രയോഗത്തിലൂടെ അവതരിപ്പിക്കുന്ന ആഖ്യാനതന്ത്രം സവിശേഷശ്രദ്ധ അർഹിക്കുന്നു. കഥയിൽ കാര്യമുണ്ട് എന്ന് തിരിച്ചറിയണം. നീളുന്ന വേരുകൾ ഉണ്ടതിന്; ശാഖകളും. അതാണ് അതിനെ നിത്യനൂതനമാക്കുന്നത്. ആ രഹസ്യത്തിന്റെ താക്കോൽ കണ്ടെടുത്ത് കഥകളെ വിശകലന വിധേയമാക്കുന്നതോടെ അവ ഭാവനാത്മകതയോടൊപ്പം യുക്തിയേയും ആശ്ലേഷിക്കുന്നു.

'സംസ്കാരത്തിന്റെ തോണി നിങ്ങളുടെ കടവുകളിൽ എത്തും മുൻപേ നിരവധി കടവുകളിൽനിന്ന് പലതും ശേഖരിച്ചുകൊണ്ടാണ് അവ മുന്നോട്ട് സഞ്ചരിക്കുന്നത്' എന്ന കേസരി ബാലകൃഷ്ണപിള്ളയുടെ നിരീക്ഷണം ഇവിടെ സത്യമാകുന്നു.

കിഴക്കിന്റെയും പടിഞ്ഞാറിന്റെയും തെക്കിന്റെയും വടക്കിന്റെയും കഥകളിലെ പൊതുഇടങ്ങൾ നമ്മെ അത്ഭുതപ്പെടുത്തുന്നു.

മനുഷ്യൻ എന്നും എവിടെയും ഒരുപോലെയാണ് ചിന്തിച്ചത് എന്ന അറിവ് എത്ര ധന്യം. ഈ രചനയിലെ ഓരോ കഥയും അത് ആവർത്തിച്ചുറപ്പിക്കുന്നവയാണ്.

അമരത്വത്തിന്റെ - Tree of immortality - മരം അന്വേഷിക്കുന്ന ഗിൽഗാമെഷിനെ പറുദീസയിലേക്കും സുമേറിയൻ സംസ്കാരത്തിലേക്കും ഭാരതത്തിലേക്കും ഭാരതത്തിലെ ബോധിവൃക്ഷവും ജന്മാന്തരസങ്കല്പങ്ങളും ഓർക്കുക. എന്തിനേറെ, കേരളത്തിലെ കാവുസംസ്കാരത്തിലേക്കും ആനയിക്കുമ്പോൾ സംസ്കാരത്തിന്റെ തനിമ എന്ന വാദം ദുർബലമാകുന്നു. കൊണ്ടും കൊടുത്തും കലർന്നുമാണ് ഇന്നേവരെയും ഉള്ള മനുഷ്യസംസ്കാരം രൂപപ്പെട്ടിട്ടുള്ളത് എന്ന കാര്യം എത്ര സത്യം.

'അക്കിലസ്സിന്റെ ഹീൽ' കാലടികളിൽ അമ്പേറ്റ ശ്രീകൃഷ്ണനിലേക്ക് വായനക്കാരന്റെ ചേതനയെ ഒരു ഞൊടി ചേർത്തുനിർത്തിയാൽ അത്ഭുതപ്പെടാനില്ല.

'മിത്തുകൾ' ഗ്രന്ഥകാരനിൽ കൊളുത്തിയ ചിന്തകൾ അക്ഷര മണിമുത്തുകളായി കുട്ടികളിൽ തുടർവായനയ്ക്കുള്ള അറിവിന്റെ പുതിയ മേച്ചിൽപുറങ്ങൾ തുറന്നിട്ടിരിക്കുന്നു. ചോദ്യം ചെയ്യപ്പെടാനാവാത്ത രീതിയിൽ കഥ

പറയുകയും അത് ഇന്നത്തെ സമൂഹത്തിൽ ചെലുത്തുന്ന സ്വാധീനം വിവരിക്കുകയും ചെയ്യുന്ന എഴുത്തിന്റെ ശില്പ ഭംഗി ആസ്വാദ്യമായിരിക്കുന്നു. മാത്രമല്ല, കുട്ടികൾ, മുതിർന്നവർ, സഹോദരങ്ങൾ, ദമ്പതിമാർ അങ്ങനെ എല്ലാത്തരം വ്യക്തിബന്ധങ്ങളും സന്തുലിതാവസ്ഥയിൽ കൊണ്ടുപോകാനുള്ള സന്മാർഗ്ഗപാഠങ്ങളാണ് ഇതിലധി കവും. കൂടാതെ, മനുഷ്യന്റെ വികാരവിചാരങ്ങൾ, ആഗ്രഹ ങ്ങൾ എന്നിവ നിയന്ത്രണാതീതമായാൽ ആപത്തു വരുത്തിവയ്ക്കും എന്ന സൂചനകൾ മഹനീയംതന്നെ.

'കെട്ടുകഥകൾ' എന്ന് ചിലരെങ്കിലും പറയുന്ന ഇത്തരം 'മിത്തുകൾ' മനുഷ്യരെ നന്മയിലേക്കു നയിക്കുന്നു. അക്ഷരനക്ഷത്രങ്ങളായി പ്രകാശം ചൊരിയുന്ന കാഴ്ചയും രചനയുടെ മിഴിവാണ്. ഈ കൃതിയിൽ അവതരിപ്പി ച്ചിട്ടുള്ള ഓരോ കഥയും അതിലെ രചനാതന്ത്രത്തിന്റെ ലാളിത്യംകൊണ്ടും ആശയവിശകലനത്തിന്റെ സുതാര്യത കൊണ്ടും ആസ്വാദ്യമായിരിക്കുന്നു. മനശ്ശാസ്ത്രപരവും ആത്മീയപരവുമായ സമീപനത്തിലൂടെ കഥകളെ വില യിരുത്തിക്കൊണ്ടുള്ള അനുബന്ധരീതികളും പ്രശംസ നീയമാണ്.

കുട്ടികളുടെ സർഗ്ഗാത്മകതയ്ക്കും ചിന്തകൾക്കും ഒരു ക്രിയാത്മകമായ ചലനം ഉണർത്താൻ രചയിതാവിന് കഴി ഞ്ഞിട്ടുണ്ട്. ജീവിതഗന്ധിയായ ഗുണപാഠങ്ങളും നിർദ്ദേ ശങ്ങളും സദുപദേശങ്ങളും സ്വാഭാവികസുന്ദരമായി ഓരോ കഥയിലും കോർത്തിണക്കി ഇഴ ചേർത്തിരിക്കുന്ന മനോഹരമായ ഈ പുസ്തകം ഹൃദയവയലുകളിൽ വിശു ദ്ധിയും ആത്മീയമായ ആനന്ദവും ഭൗതികമായ നന്മകളും വിളയുന്ന വിത്തുകൾ വിതയ്ക്കട്ടെ. നൂറുമേനി വിളവ് കൊയ്തെടുക്കാൻ സർവ്വേശ്വരൻ അനുഗ്രഹിക്കട്ടെ.

"നന്മയിൽ നിന്നേ നന്മവരൂ..
നല്ലഴകീന്നേ അഴകുവരൂ..."

അഭിനന്ദനങ്ങൾ! ആശംസകൾ!

ഗിൽഗാമെഷിന്റെ കഥ
(The Story of Gilgamesh)

4000 വർഷം പഴക്കമുള്ള ഒരു ബാബിലോണിയൻ കഥായാണിത്. ഒരു നാടോടി കഥ. അമരത്വം കൈവരിക്കാൻ ഗിൽഗാമെഷ് എന്ന ചെറുപ്പക്കാരൻ നടത്തിയ ധീരമായ ശ്രമങ്ങളുടെ കഥ.

പങ്കെടുത്ത യുദ്ധങ്ങളിലൊക്കെ അത്ഭുതവിജയം നേടിയവനാണ് ഗിൽഗാമെഷ്. യക്ഷി, ഗന്ധർവ്വന്മാർക്കെതിരെയും ദുർമന്ത്രവാദികൾക്കെതിരെയുമൊക്കെ അയാൾ യുദ്ധം ചെയ്ത് വിജയിച്ചിട്ടുണ്ട്. പക്ഷേ, തന്നോടൊപ്പം അടരാടി കീർത്തി നേടിയ ഉറ്റ സുഹൃത്ത് മരിച്ചുവീണപ്പോൾ ഗിൽഗാമെഷ് വല്ലാതെ നിരാശനായി. ഒരുദിനം മരണം തന്നെയും കവർന്നെടുക്കുകയില്ലേ എന്നയാൾ ഭയപ്പെടുകയും ചിന്താഭാരത്താൽ ആകുലചിത്തനാകുകയും ചെയ്തു.

മരിക്കാതിരിക്കാൻ എന്താണൊരു വഴി എന്നായി പിന്നീടുള്ള ചിന്ത. മനുഷ്യരെ ശിക്ഷിക്കാൻ ദൈവം ഒരു പ്രളയം സൃഷ്ടിച്ച കഥ ഗിൽഗാമെഷ് കേട്ടിട്ടുണ്ട്. അതിൽനിന്നും രക്ഷപ്പെട്ട തന്റെ ഒരു പൂർവ്വികനെ തെരഞ്ഞുപിടിക്കാനായി പിന്നീട് ശ്രമം. ഈ ഭൂമിയിൽനിന്ന് ഉടലോടെ സ്വർഗ്ഗത്തിലെത്തിയ ഒരേ ഒരാൾ അദ്ദേഹമായിരുന്നത്രെ. ഉട്നാപിഷ്ടിം എന്നാണ് ആ പൂർവ്വികന്റെ പേര്. ജീവന്റെയും മരണത്തിന്റെയുമൊക്കെ രഹസ്യം അറിയാവുന്ന ആളാണദ്ദേഹം.

ഉപദേശത്തിനായി ഗിൽഗാമെഷ് യാത്ര പുറപ്പെട്ടു. ആളുകേറാമലകൾ പലതും താണ്ടി, രാപകൽ വിശ്രമമില്ലാതെ യാത്ര ചെയ്തു; സൂര്യദേവന്റെ അരികിലെത്തി, ഉദ്ദേശ്യം വ്യക്തമാക്കി. സൂര്യദേവൻ അയാളെ നിരുത്സാഹപ്പെടുത്തി പറഞ്ഞുവിട്ടു. ധീരന്മാർക്ക് ലക്ഷ്യം തന്നെയാണ് പ്രധാനം. അയാൾ യാത്ര തുടർന്ന് മരണ സമുദ്രത്തിന്റെ (Sea of death) തീരത്തെത്തി. ഒരു കുടം കള്ളുമായി ഇരുന്നിരുന്ന ഒരു സ്ത്രീയെ അവിടെ കാണാനിടയായി. തന്റെ ലക്ഷ്യം അവതരിപ്പിച്ചപ്പോൾ അവൾ പറഞ്ഞു.

"ജീവിതം ആസ്വദിക്കാനുള്ളതാണ്. അത് കുറച്ചുകാലത്തേക്കേ കാണൂ. നീ നിന്റെ ലക്ഷ്യത്തിലെത്തുകയില്ല. ജനിക്കുമ്പോൾ തന്നെ ഓരോരുത്തന്റെയും മരണദിനം നെറ്റിയിൽ എഴുതിവച്ചിട്ടുണ്ട്. അത് എന്നാണെന്നാർക്കും പറയാനും വയ്യ. അതുകൊണ്ട് ആസ്വദിച്ചു ജീവിക്കുക; കുടിക്കുക; നൃത്തം ചെയ്യുക. കുട്ടികൾക്കും കുടുംബ ത്തിനും സന്തോഷം പകരുക. പിന്നെ ഇല്ലാതാകുക."

ആ ഉപദേശം ചെവികൊള്ളാനും ഗിർഗാമെഷ് തയ്യാറായില്ല. തന്റെ ലക്ഷ്യത്തിൽനിന്നും പിന്മാറാനല്ല പുറപ്പെട്ടത്. തീരത്തുണ്ടാ യിരുന്ന വഞ്ചിക്കാരന്റെ സഹായത്തോടെ ആത്മാക്കളുടെ ലോക ത്തെത്തുകതന്നെ ചെയ്തു. പഴയകാല പ്രളയത്തെ അതിജീവിച്ച് സ്വർഗ്ഗത്തിൽ ഉടലോടെ എത്തിയ തന്റെ പൂർവ്വികൻ ഉട്നാപിഷ്ടി മിന്റെ അരികിലെത്തി അദ്ദേഹത്തിന്റെ ഉപദേശം ആരാഞ്ഞു.

"ദേവന്മാർ മാത്രമേ മരിക്കാതിരിക്കൂ. മനുഷ്യൻ ഒരിക്കൽ മരി ക്കണം."

തന്റെ പൂർവ്വികന്റെ മറുപടിയിൽ ആശ നശിച്ച് ഗിൽഗാമെഷ് മടങ്ങാൻ തുടങ്ങുമ്പോൾ പൂർവ്വികൻ ഒരു സൂത്രം പറഞ്ഞു കൊടുത്തു. അമരത്വം നേടാനുള്ള ഒരു വൃക്ഷത്തിന്റെ രഹസ്യം. വയസ്സായവരെ വീണ്ടും യൗവ്വനത്തിലേക്ക് നയിക്കാൻ കഴിവുള്ള ഒരു മരത്തിന്റെ രഹസ്യം. കേട്ടതും പാതി, ഗിൽഗാമെഷ് വഞ്ചിയും തുഴഞ്ഞ് കടലിന്റെ നടുവിലെത്തി. നടുക്കടലിന്റെ ആഴത്തിലേക്ക് മുങ്ങാംകുഴിയിട്ട് തുഴഞ്ഞിറങ്ങി. അവിടെയാണ് ആ മരം നിൽക്കുന്നത്. അതിന്റെ ഒരു ചില്ല ഒടിച്ചെടുത്ത ഗിൽഗാമെഷ് തന്റെ വഞ്ചിക്കരികിലേക്ക് വിജുഗീഷുവായി കുതിച്ചുയർന്നു. തിരിച്ച് കരയിലെത്തി വിശ്രമിച്ചശേഷം, ഒരു ശുദ്ധജലാശയത്തിലിറങ്ങി ശരീരത്തിലെ ഉപ്പുവെള്ളം കഴുകിക്കളഞ്ഞു. തിരിച്ചുവന്ന് നോക്കിയപ്പോൾ നെഞ്ച് പൊട്ടിപ്പോകുന്ന കാഴ്ചയാണ് കണ്ടത്. നടുക്കടലിൽ പോയി മുങ്ങാംകുഴിയിട്ട് സാഹസികമായി സമ്പാദിച്ച അമരത്വത്തിന്റെ മരച്ചില്ലയിലെ ഇലകൾ മുഴുവൻ ഒരു സർപ്പം തിന്നവസാനിപ്പിച്ചിരിക്കുന്നു. ഇലകൾ തിന്നുപോയ സർപ്പത്തിന്റെ ഉറയൂരി (molting of the skin) കിടന്നിരുന്നു അരികിൽ. സർപ്പത്തിന് യുവത്വം ലഭിച്ചിരിക്കുന്നു. ഞെട്ടലും നിരാശയും താങ്ങാനാകാതെ അയാൾ മണലിൽ മുട്ടുകുത്തി വീണു.

ബാബിലോണിയൻ

മുത്തുകൾ

എത്ര ധീരനായാലും ബുദ്ധിമാനായാലും ധനികനായാലും മനുഷ്യൻ ഒരിക്കൽ മരിക്കണം. മരിക്കുന്നവനാണ് മനുഷ്യൻ. മരണത്തെ തോൽപിക്കാൻ നാലായിരം വർഷങ്ങൾക്കുമുമ്പും മനുഷ്യൻ ശ്രമിച്ചിരുന്നു എന്ന് ഈ കഥ നമ്മെ ഓർമ്മിപ്പിക്കുന്നു. സാഹസികരായ എത്രയോ യുവതീയുവാക്കളാണ് യുദ്ധത്താലും വാഹനാപകടങ്ങളാലും ആത്മഹത്യമൂലവുമൊക്കെ മരണപ്പെടുന്നത്.

ഇവിടെ ഗിൽഗാമെഷ് തന്റെ ധീരനായ കൂട്ടാളി മരണത്തോട് അടിയറവ് പറഞ്ഞപ്പോഴാണ്, മരണത്തെപ്പറ്റി ആഴത്തിൽ ചിന്തിക്കുന്നതും തന്റെ പൂർവ്വികനെ അന്വേഷിച്ച് ആത്മാക്കളുടെ ലോകത്തേക്ക് പോകുന്നതും. ദേവന്മാരെപ്പോലെ എന്തുകൊണ്ട് മനുഷ്യനും അമരത്വം ലഭിക്കുന്നില്ല? എത്രയോ വീരയോദ്ധാക്കളാണ് ഈ ലോകത്തിന് നഷ്ടമാകുന്നത്. ധീരനായ തനിക്കും ഈ വിധി തന്നെയാകില്ലേ എന്നയാൾ സ്വയം ചോദിക്കുന്നു. ഈ ആത്മവിശ്വാസവും ധൈര്യവും മരണംമൂലം ഇല്ലാതാകുന്നത് ഈ ലോകത്തിനു തന്നെ നഷ്ടമല്ലേ?

പലരുടെയും ഉപദേശങ്ങൾക്ക് ചെവികൊടുക്കാതെ ഗിൽഗാമെഷ് തന്റെ പൂർവ്വികനെ കാണാൻ പുറപ്പെടുകതന്നെ ചെയ്യുന്നു. പിന്നീട് അമരത്വത്തിന്റെ മരം (Tree of immortality) അന്വേഷിച്ചും. ഈ തന്റേടവും ആത്മവിശ്വാസവും സാഹസികതയും പോസിറ്റീവ് തിങ്കിങ്ങും ഇന്നത്തെ യുവത്വത്തെപ്പോലും ഹരം പിടിപ്പിക്കുന്നതല്ലേ? പക്ഷേ, മാനുഷിക പരിമിതികളോട് മനുഷ്യന് സമരസപ്പെടുക തന്നെ വേണം. ജീവിതാനുഭവങ്ങളിൽനിന്നു മാത്രമേ അത് പഠിക്കാനാകൂ.

മരം മനുഷ്യനൊരനുഗ്രഹമാണ് എന്ന ചിന്തയും പണ്ടു മുതലേ ഉണ്ടായിരുന്നു. കടലിന്നടിയിലെ ഈ മരം (Tree of immortality) അമരത്വം നൽകുന്ന ഒന്നാണെങ്കിൽ, പറുദീസാതോട്ടത്തിലെ നന്മതിന്മകളുടെ മരം (Tree of Life) വിലക്കപ്പെട്ട കനിയുണ്ടാകുന്ന മരമായിരുന്നു എന്നു നാം വായിക്കുന്നു. അതിന്റെ പഴം തിന്നാൽ നിങ്ങൾ ദൈവത്തോളം വളരും എന്ന് സാത്താൻ സർപ്പരൂപത്തിൽ വന്ന് ഹവ്വായെ പ്രലോഭിപ്പിക്കുന്നതും നാം വായിക്കുന്നു. ഗ്രീക്കുകാരും സുമേറിയക്കാരും മരങ്ങളെ ആരാധിച്ചിരുന്നു. ദേവാലയങ്ങളാണ് മരങ്ങളെന്നും അവർ കരുതിയിരുന്നു. ഹിന്ദു ആരാധനകളിലും മരങ്ങളും കാവുകളും പ്രധാനപ്പെട്ടതാണെന്ന് നമുക്ക് അറിവുണ്ടല്ലോ? അമ്പലങ്ങൾക്കു മുന്നിലെ ആൽമരം നാം കാണാറുണ്ട്. ഖുറാനിലും ബൈബിളിലും 'മരം ഒരു വരം' എന്ന തരത്തിൽ സൂചനകളുണ്ട്. ഒലീവ് മരത്തിന്റെ കായ്കൾ ഭക്ഷിക്കാമെന്ന് ഖുർആനും ഒലീവ് എണ്ണ ആരാധനയ്ക്കായി ഉപയോഗിക്കാമെന്ന് ബൈബിളും പറയുന്നു. ബുദ്ധന് വെളിപാടുണ്ടാക്കിയ ബോധിവൃക്ഷവും നമുക്ക് സുപരിചിതമാണ്.

"ഭൂമി ആകാശത്ത് രചിക്കുന്ന കവിതകളാണ് മരങ്ങൾ" (ഖലീൽ ജിബ്രാൻ)

"നല്ല വേരോട്ടമുള്ള മരങ്ങൾ കൊടുങ്കാറ്റിനെപ്പോലും കളിയാക്കിച്ചിരിക്കും." (ഒരു മലായ് പഴഞ്ചൊല്ല്).

"ഒരു മരം അതിന്റെ ഫലത്താൽ അറിയപ്പെടുന്നു, ഒരു മനുഷ്യൻ അവന്റെ പ്രവൃത്തിയാലും."

Always remember you are braver than you believe, stronger than you seem, and smarter than you think. (ബൈബിൾ)

■

ഈഡിപ്പസിന്റെ കഥ
(The story of Oedipus)

തീബ്സിലെ രാജാവിന് മക്കളില്ലായിരുന്നു. അദ്ദേഹം ഒരു ജോത്സ്യനെ (Delphic Oracle) കണ്ട് കാര്യം അവതരിപ്പിച്ചു. കുഞ്ഞുണ്ടാകാതിരിക്കുന്നതാണ് നല്ലത് എന്നായിരുന്നു ഉപദേശം. കാരണം ആ കുഞ്ഞ് വളർന്നു വലുതായാൽ പിതൃഘാതകനായി മാറും എന്നതുതന്നെ. ഭാര്യ ജോക്കാസ്റ്റയോട് അദ്ദേഹം ഇതൊന്നും പറഞ്ഞില്ല. അവരുമായുള്ള ശാരീരികബന്ധം തനിക്ക് വിനയാണെന്നറിഞ്ഞ് അവരെ മാറ്റി താമസിപ്പിച്ചു. കോപിഷ്ഠയായ രാജ്ഞി ഒരു ദിവസം സൂത്രത്തിൽ രാജാവിന് മദ്യം നല്കി അബോധാവസ്ഥയിലാക്കി ശാരീരികബന്ധം സാധിച്ചു. അവർ ഒരു മകന് ജന്മം നല്കി.

കുഞ്ഞിനെ കണ്ടതും ആയയുടെ കൈയിൽനിന്നതിനെ തട്ടിപ്പറിച്ച്, കണങ്കാലിൽ ആണി അടിച്ച് കയറ്റി അകലെ കാട്ടിലേക്കെറിഞ്ഞു. അതു തെറ്റാണെന്നറിയാമായിരുന്നെങ്കിലും തന്റെ കാലനെ താൻ തന്നെ വളർത്തി വലുതാക്കേണ്ടതില്ലല്ലോ എന്നു കരുതി.

എന്നാൽ വിധിയെ ആർക്കും തടുക്കാനാവില്ലല്ലോ. ആ കുഞ്ഞിനെ ചില ആട്ടിടയർ കണ്ടെത്തി, കോറിന്തിലെ രാജാവിനെ ഏല്പിച്ചു. മക്കളില്ലാതിരുന്ന രാജാവും രാജ്ഞിയും അതിനെ കാലിൽ മുറിവുള്ളവൻ എന്നർത്ഥം വരുന്ന 'ഈഡിപ്പസ്' എന്ന് പേരിട്ട് സ്വന്തം കുഞ്ഞിനെപ്പോലെ സ്നേഹിച്ച്, വാത്സല്യം ചൊരിഞ്ഞ് വളർത്തി.

യുവാവായപ്പോൾ ഈഡിപ്പസ് ഒരു ജോത്സ്യനെ കണ്ട് തന്റെ ഭാവി എന്തായിരിക്കുമെന്ന് അന്വേഷണം നടത്തി. തന്റെ പിതാവിനെ കൊല്ലുമെന്നും മാതാവിനെ വിവാഹം കഴിക്കുമെന്നും ഉള്ള പ്രവചനമാണ് ഈഡിപ്പസിന് കേൾക്കേണ്ടിവന്നത്.

തന്നെ പ്രാണനു തുല്യം സ്നേഹിക്കുന്നവരെ ഒരു തരത്തിലും ദ്രോഹിക്കാനിടവരരുതെന്ന് കരുതി ഈഡിപ്പസ് കോറിന്തിൽനിന്നും രക്ഷപ്പെട്ടു. വഴിക്ക് വച്ച് എതിരെ വന്ന ഒരു രഥത്തിന് വഴിമാറി ക്കൊടുത്തില്ലെന്നതിന്റെ പേരിൽ തർക്കവും വഴക്കുമുണ്ടായി. മൽപ്പിടുത്തമായി. എതിരാളി കൊല്ലപ്പെട്ടുവെന്ന് പറഞ്ഞാൽ മതിയല്ലോ. രഥത്തിൽ കെട്ടിയ കുതിരയിൽ കയറി അയാൾ യാത്ര തുടർന്നു. എത്തിയത് തീബ്സിൽ തന്നെ.

അവിടെ ഒരു ഭീകരജന്തുവിന്റെ പിടിയിൽനിന്നും ജനങ്ങളെ മോചിപ്പിച്ചു. അപ്രത്യക്ഷനായ രാജാവിന്റെ സ്ഥാനത്ത് അവർ ധീരനും യുവാവുമായ ഈഡിപ്പസിനെ രാജാവായി അവരോധിച്ചു. മാത്രമല്ല, വിധവയായ രാജ്ഞിയെ വിവാഹം കഴിക്കുകയും ചെയ്തു.

നാട്ടിൽ മാറാവ്യാധി പടർന്നപ്പോൾ പുതിയ രാജാവ് വീണ്ടും ജോത്സ്യനെ കണ്ടു. മോചനം വേണമെങ്കിൽ സ്വന്തം പിതാവിനെ

കൊല്ലുകയും മാതാവിനെ വേൾക്കുകയും ചെയ്ത മകൻ ശിക്ഷയനുഭവിക്കണമെന്നാണ് പ്രവചനമുണ്ടായത്. അന്വേഷണമായി ആ മഹാപാപിയെ കണ്ടെത്താൻ. സത്യം പുറത്തുവന്നപ്പോൾ താൻ തന്നെയാണ് ആ മഹാപാപി എന്ന നീറുന്ന സത്യം പുറത്തുവന്നു. രാജ്ഞി ആത്മത്യാഗം ചെയ്തു. ഈഡിപ്പസ് സ്വയം കണ്ണുകുത്തിപ്പൊട്ടിച്ച് അന്ധനായി. ജനം അയാളെ വെറുത്ത് നാടുകടത്തി.

ഗ്രീക്ക്

മുത്തുകൾ

429 ബി.സി.യിൽ സോഫക്ലിസ് ഈ കഥ നാടകമാക്കി. 'ഈഡിപ്പസ് റെക്സ്' (Oedipus Rex) എന്ന പേരിൽ ഗ്രീസിലെ ഏതൻസിൽ അവതരിപ്പിച്ച് അംഗീകാരം നേടി.

മനുഷ്യമനസ്സിന്റെ ചാപല്യങ്ങളും സുതാര്യതക്കുറവും വരുത്തിവയ്ക്കുന്ന വിനകൾ എങ്ങനെ തലമുറകളെവരെ ബാധിക്കുന്നു എന്ന് ഈ മിത്ത് വ്യക്തമാക്കുന്നു. തലമുറകളായി നീണ്ടുപോകുന്ന വ്യവഹാരങ്ങൾ, തകരുന്ന കുടുംബാന്തരീക്ഷങ്ങൾ, എന്നിവ സമൂഹത്തിൽ ഇന്നും കാണപ്പെടുന്നു.

ഭാര്യാഭർതൃബന്ധത്തിലുണ്ടാകേണ്ട ആശയവിനിമയശേഷി നഷ്ടമാകുമ്പോൾ പ്രശ്നങ്ങൾ തല പൊക്കുന്നു. ഭാര്യയെ മാറ്റി താമസിപ്പിക്കുന്ന രാജാവ് അതിന്റെ കാരണം രാജ്ഞിയോട് വ്യക്തമാക്കാതിരുന്നതാണ് പ്രശ്നമായത്. ഇരുവരും കൂടിയിരുന്ന് പ്രശ്നത്തെ പഠിച്ച് ഒരു പരിഹാരം കണ്ടെത്തലല്ലേ യുക്തം? ഭാര്യയ്ക്ക് തുല്യ അംഗീകാരം കൊടുക്കാൻ രാജാവിന് കഴിയാതെ പോകുന്നു. മാത്രമല്ല, മാതൃത്വം നിഷേധിക്കുന്നത് സ്ത്രീയോടുള്ള ക്രൂരതയുമാണ്.

കുട്ടിയെ കാട്ടിലെറിഞ്ഞത് സ്വയരക്ഷയ്ക്ക് വേണ്ടിയാണെന്ന് പറഞ്ഞ് ന്യായീകരിക്കാമെങ്കിലും ഒരു പിഞ്ചുകുഞ്ഞിനോട് ഇത്രയും ക്രൂരതയാകാമോ? നിഷ്കളങ്കരായ കുഞ്ഞുങ്ങളോട് നിഷ്ഠുരമായി പ്രതികരിക്കുന്ന അച്ഛനമ്മമാർ ഇന്നത്തെ കാലത്തും വിരളമല്ല. നിസ്സഹായരോടുള്ള അത്തരം ക്രൂരതയ്ക്ക് പിന്നീട് വലിയ വില നല്കേണ്ടി വരുമെന്ന് ഈ കഥ പഠിപ്പിക്കുന്നു.

ഈഡിപ്പസ് വളർന്നു വലുതായപ്പോൾ അദ്ദേഹത്തിന്റെ സ്വഭാവത്തിലും ന്യൂനതകളുണ്ടായിരുന്നു. കോപത്തെ മെരുക്കാൻ കഴിയാത്ത യുവത്വമായിരുന്നു. വാഹനങ്ങൾ സൈഡ് കൊടുക്കുന്നതിനെപ്പറ്റി ഉടലെടുക്കുന്ന വാദപ്രതിവാദങ്ങളും അടിപിടിയും Road Rage എന്നൊരു സംസ്കാരമാകുന്നതിന്റെ തുടക്കം ഈഡിപ്പസിന്റെ കഥയിൽ തുടങ്ങുന്നതായി കാണുന്നു. കോപം അഗ്നിപോലെയാണ്.

നാശം ഉണ്ടാക്കിയേ അത് അടങ്ങൂ. കോപം ഉള്ളിൽ പതഞ്ഞു പൊങ്ങുമ്പോൾ മനുഷ്യൻ അതിന്റെ പ്രത്യാഘാതങ്ങളെക്കുറിച്ച് ചിന്തിക്കുന്നേയില്ല. അറിയാതെ ഈഡിപ്പസ് പിതൃഘാതകനാകുന്നു.

രാജാവായതിനുശേഷം നാട്ടിലുണ്ടാകുന്ന പകർച്ചവ്യാധിയും തുടർന്നുള്ള കാരണമന്വേഷിക്കലും ഒരു മഹാപാപി നാട്ടിലുണ്ടെന്ന് കണ്ടെത്തലും അത് ഈഡിപ്പസ് രാജാവ് തന്നെയാണെന്ന് മനസ്സിലാക്കലും സ്വയം കണ്ണുകുത്തിപ്പൊട്ടിച്ച് നാടുകടത്തപ്പെടുന്നതുമൊക്കെ ഇന്നത്തെ ഭരണാധിപന്മാർക്കും പഠിക്കാനുതകുന്ന മാതൃകയാണ്. തിന്മയ്ക്ക് ശിക്ഷയുണ്ടെന്നും അതുണ്ടാക്കുന്ന മാനസിക സംഘർഷങ്ങൾ മരണംവരെ ഒരുവനെ വേട്ടയാടിക്കൊണ്ടിരിക്കുമെന്നും ഈ മിത്ത് ആധുനികലോകത്തിന് കാണിച്ചു കൊടുക്കുന്നു.

ഈഡിപ്പസ് കോംപ്ലക്സ് (Oedipus complex)

മനശ്ശാസ്ത്രജ്ഞനായ സിഗ്മണ്ട് ഫ്രോയിഡ് (Sigmund Freud) ആണ് ഈ ആശയം ആദ്യം കൊണ്ടുവന്നത്. മനോവിശ്ലേഷണ സിദ്ധാന്തം അനുസരിച്ച് മാതാപിതാക്കളിൽ എതിർലിംഗത്തിൽപെട്ട ആളെ സ്വന്തമാക്കാനും സ്വലിംഗത്തിൽപെട്ട ആളെ വകവരുത്താനും ഉള്ള അവബോധവാഞ്ഛയെ കേന്ദ്രീകരിച്ച് മനുഷ്യശിശുക്കളിൽ രൂപപ്പെട്ടു വരികയും അടിച്ചമർത്തപ്പെട്ട് നിൽക്കുകയും ചെയ്യുന്ന വികാരങ്ങളും ആശയങ്ങളുമാണ് ഈഡിപ്പസ് കോംപ്ലക്സ്.

സ്വന്തം പിതാവിനെ കൊന്ന്, മാതാവിനെ വിവാഹം കഴിച്ച ഗ്രീക്ക് മിത്തിലെ ഈ ആശയം കൊണ്ടുവരുന്നത്, ആദ്യ മിത്രം അമ്മ, ആദ്യ ശത്രു അച്ഛൻ എന്നാണ്. വളർച്ചയുടെ പിന്നീടുള്ള ഘട്ടങ്ങളിൽ, കുട്ടി ഇരുവരിലേയും സ്നേഹവാത്സല്യങ്ങൾ ഗ്രഹിച്ച് ശത്രുത മറക്കുന്നു. പരിഹരിക്കപ്പെടാതെയിരിക്കുന്ന ഈഡിപ്പസ് കോംപ്ലക്സ് ഞരമ്പുരോഗത്തെ (Neurosis) വിളിച്ചുവരുത്തുമെന്ന് ഫ്രോയിഡ് പറയുന്നു.

നിങ്ങൾക്ക് ന്യൂറോസിസ് രോഗം ഉണ്ടോ എന്ന് താഴെ പറയുന്ന ലക്ഷണങ്ങളിൽനിന്ന് മനസ്സിലാക്കാം.

ലക്ഷണങ്ങൾ

- അമിതഉത്ക്കണ്ഠ.
- അമിതഭയം.
- അമിതവേവലാതിപ്പെടൽ.
- അമിതകുറ്റബോധം.
- ആത്മനിന്ദ.
- നെഗറ്റീവ് ചിന്തകൾ.

- ക്ഷിപ്രകോപം
- ആത്മവിശ്വാസക്കുറവ്.
- മറ്റുള്ളവരെ അവിശ്വസിക്കൽ.
- പെട്ടെന്ന് മുറിവേല്ക്കൽ.

ക്രോധത്തെക്കുറിച്ച് 'ഗീത'യിൽ നിന്ന്:

ക്രോധാത് ഭവതി സമ്മോഹാ
സമ്മോഹാത്, സ്മൃതി - വിഭ്രമാഃ
സ്മൃതി ഭ്രംശാത്, ബുദ്ധിനാശോ
ബുദ്ധിനാശാത്, പ്രണിശ്യതി

ക്രോധത്താൽ ഭ്രമം ഉണ്ടാകുന്നു. ഭ്രമം ബുദ്ധിയെ അകറ്റുന്നു. ബുദ്ധി നഷ്ടമായാൽ യുക്തി കൈമോശം വരുന്നു. അത് വ്യക്തിയുടെ വീഴ്ചയ്ക്ക് കാരണമാകുന്നു. അതുകൊണ്ട് അമിത ദേഷ്യത്തെ നിയന്ത്രിക്കുക.

'-cide' വാക്കുകൾ

'-cide' എന്ന ലാറ്റിൻ സഫിക്സിന് – 'kill'എന്നാണർത്ഥം. കുറച്ച് വാക്കുകളിതാ:

Patricide	-	പിതൃഹത്യ
Matricide	-	മാതൃഹത്യ
Suicide	-	ആത്മഹത്യ
Fratricide	-	സഹോദരഹത്യ
Sororicide	-	സഹോദരിഹത്യ
Infanticide	-	ശിശുഹത്യ
Uxoricide	-	ഭാര്യഹത്യ
Homicide	-	മനുഷ്യഹത്യ
Genocide	-	കൂട്ടക്കൊല
Pesticide	-	കീടനാശിനി
Insecticide	-	പ്രാണിനാശിനി
Feticide	-	ഭ്രൂണഹത്യ

-Christopher Robin

■

അക്കിലീസിന്റെ ഉപ്പൂറ്റി
(Achillies heel)

കടലിന്റെ ദേവതയാണ് തേറ്റിസ്. ദേവതയ്ക്ക് മറ്റൊരു ദേവനാണ് ഭർത്താവായി വരേണ്ടത്. എന്നാൽ ഭർത്താവായി സ്യൂസ് ദേവൻ കണ്ടുപിടിച്ചത് ഒരു ദേവന് പകരം സാധാരണ ഒരു മനുഷ്യനെ യാണ്. അതിന് കാരണമുണ്ട്. തേറ്റിസ് വിവാഹം കഴിച്ചാൽ അവർ ക്കുണ്ടാകുന്ന കുഞ്ഞ് അതിശക്തനും ദേവന്മാരുടെ ദേവനായ സ്യൂസ് ദേവന്റെ ജീവനുതന്നെ ഭീഷണി ഉയർത്തുന്നവനും ആയി വളരും എന്ന് ഒരു പ്രവചനമുണ്ടായിരുന്നത്രെ.

അങ്ങനെയാണ് കടലിന്റെ ദേവതയായ തേറ്റിസ് ഒരു സാധാ രണ മനുഷ്യനായ പീലിയസിനെ വിവാഹം കഴിക്കാനിടയായത്. താൻ ദേവതയാണെന്നുള്ള തലക്കനം ഭർത്താവുമായുള്ള ഇടപെട ലിൽ തേറ്റിസിനുണ്ടായിരുന്നു എന്നത് വാസ്തവം.

തന്നേക്കാൾ താഴെക്കിടയിലുള്ള ഒരുവനെയാണ് താൻ വിവാഹം കഴിച്ചുപോയതെന്ന തോന്നൽ തേറ്റിസിനും താൻ ദേവതയ്ക്ക് യോജിച്ചവനല്ല എന്ന ഇൻഫീരിയോരിറ്റി കോംപ്ലക്സ് പീലിയസി നുമുണ്ടായിരുന്നു.

അവർക്കൊരു മകൻ പിറന്നു എന്നതുകൊണ്ടൊന്നും ഇരുവരു ടെയും മനസ്സിന് മാറ്റമുണ്ടായില്ല. മകൻ അമ്മയുടെ ദേവഗുണങ്ങ ളോടെ വളരണമോ അതോ അച്ഛന്റെ മനുഷ്യഗുണങ്ങളോടെ വളര ണമോ? മനുഷ്യർ മരിക്കും, ദേവന്മാർക്ക് മരണമില്ല. തന്റെ മകൻ അമരനാകണം എന്ന് തേറ്റിസ് കരുതിയതിൽ തെറ്റൊന്നുമില്ല. അതി നായി കുഞ്ഞായിരുന്നപ്പോൾ തന്നെ ദേവലോകത്തിന്നതിരിലുള്ള സ്റ്റിക്സ് (styx) എന്ന നദിക്കരയിൽ ചെന്നു. കുഞ്ഞിനെ തലകീഴായി കണങ്കാലിൽ പിടിച്ച് മുക്കി. നനഞ്ഞ ഭാഗങ്ങൾ വഴി ആർക്കും ആ വ്യക്തിയെ കൊല്ലാൻ കഴിയില്ല എന്നാണ് വിശ്വാസം. പക്ഷേ കുഞ്ഞിന്റെ കണങ്കാലിൽ പിടിച്ച് മുക്കിയ ഭാഗം നനയാതിരുന്നതു

കൊണ്ട് പിന്നീട് വിനയായി എന്ന് ഹോമറിന്റെ ഇലിയഡിൽ നാം വായിക്കുന്നു. വളർന്നു വീരയോദ്ധാവായ മകൻ അക്കിലീസ്, യുദ്ധങ്ങളിൽ വിജയപതാക പാറിച്ച ജേതാവായിരുന്നെങ്കിലും ട്രോജൻ യുദ്ധത്തിൽ (Trojan War) കാലിന്റെ ഉപ്പൂറ്റിയിൽ അമ്പേറ്റ് മരിക്കുകയാണുണ്ടായത്.

ഗ്രീക്ക്

മുത്തുകൾ

എല്ലാ പൗരുഷ ഗുണങ്ങളുണ്ടായിരുന്നെങ്കിലും ഇത്തരം ഒരു ചെറിയ ന്യൂനത എല്ലാത്തിനേയും നശിപ്പിക്കുന്നതായി ഒരു വ്യക്തിയിൽ ഉണ്ടെങ്കിൽ, അതിന് അക്കിലീസ് ഹീൽ (Achilles' heel) എന്ന് ഭാഷയിൽ ഒരു പ്രയോഗമുണ്ടായി.

കുട്ടികൾ വലുതാകണം, നേട്ടങ്ങൾ കൊയ്യണം, ഒന്നാമനാകണം. ഇങ്ങനെ പോകുന്നു രക്ഷിതാക്കളുടെ മക്കളെപ്പറ്റിയുള്ള പ്രതീക്ഷകൾ. ഇത് ഇന്നും ഇന്നലെയും തുടങ്ങിയതല്ലെന്ന് ഈ കഥയിൽ നാം മനസ്സിലാക്കുന്നു. ഇതൊരു ഗ്രീക്ക് കഥ. ദുഃഖപര്യവസായിയായ കഥ. രക്ഷകർത്താക്കൾ എങ്ങനെയാകരുതെന്ന് ഈ കഥ നമ്മെ ഓർമ്മപ്പെടുത്തുന്നു.

അഴക്, ബുദ്ധി, നേട്ടങ്ങൾ എന്നിവയിലൊക്കെ അവർ മികച്ചു നില്ക്കണമെന്നു തന്നെയാണ് ഓരോ രക്ഷിതാവിന്റെയും ഉള്ളിലിരുപ്പ്. അതിനായി എന്തൊക്കെ ത്യാഗങ്ങൾ ചെയ്യാനും അവർ തയ്യാറാണ്.

അക്കിലീസിന്റെ കാര്യത്തിൽ മകൻ ദേവഗുണമായ അമരത്വമുള്ളവനായി ജീവിക്കണമെന്നാണ് ആ അമ്മയുടെ ആഗ്രഹം. അവർ ദേവതയായതുകൊണ്ട് അത് സ്വാഭാവികമാണെങ്കിലും ഉറപ്പുവരുത്താൻ ആ അമ്മ കുഞ്ഞിനെ കണങ്കാലിൽ പിടിച്ച് തലകീഴാക്കി സ്റ്റെക്സ് നദിയിൽ മുക്കുന്നു. അതിൽ മുങ്ങിയാൽ ആ ആൾ അമരനായി. പക്ഷേ അമ്മ പിടിച്ച കണങ്കാലിന്റെ ഭാഗം നനയാതിരുന്നതുകൊണ്ട്, പിന്നീടത് ദോഷമായി ഭവിക്കുകയും ചെയ്തു.

വ്യത്യസ്ത മതങ്ങളിൽപ്പെട്ട യുവതീയുവാക്കൾ വിവാഹിതരാകുമ്പോഴത്തെ ഒരു പ്രശ്നം തന്നെയായിരുന്നു ഇവരുടെ ജീവിതത്തിലും. വധു ദേവത, വരൻ സാധാരണ മനുഷ്യൻ. മിശ്രവിവാഹം തന്നെ. വ്യത്യസ്ത സാഹചര്യങ്ങളിൽ വളർന്നുവന്ന രണ്ടുപേർ ഒരുമിച്ച് ജീവിക്കാനിയടാകുമ്പോൾ സ്വാഭാവികമായും അസ്വസ്ഥതകൾ ഉടലെടുക്കും, അസ്വാരസ്യങ്ങളുണ്ടാകും. ദേവതയായതുകൊണ്ട് തേറ്റിസിന് അല്പം തലക്കനം ഉണ്ടായിരുന്നുതാനും. താൻ

ഉദ്ദേശിക്കുന്ന തരത്തിൽ മകൻ വളരണമെന്നും അവർക്ക് ശാഠ്യമുണ്ടായിരുന്നു. തന്റെ ദേവഗുണങ്ങൾ മകനുണ്ടാകണമെന്ന് അതുകൊണ്ടുതന്നെ അവർക്ക് നിർബന്ധമായിരുന്നു. തന്റെ മകൻ പോരാളിയാകണം, അമരനാകണം, ചരിത്രപുരുഷനാകണം, മറ്റുള്ളവർക്ക് അപ്രാപ്യമായ മേഖലകൾ കയ്യടക്കണം, എല്ലാ അമ്മമാരെപ്പോലെ അവരും കരുതിയെന്നുമാത്രം.

പഴയ പുരാണ കഥാപാത്രങ്ങളുടെ സ്വപ്നങ്ങൾ തന്നെയാണ് ഇന്നത്തെ ആളുകൾക്കും. ചില സ്വപ്നങ്ങൾ, സാക്ഷാത്കരിക്കപ്പെടാതെ വരുമ്പോൾ, മനസ്സ് മുറിപ്പെട്ട് ജീവിതം സന്തോഷരഹിതവും സമാധാനരഹിതവും ആക്കി മാറ്റുന്നത് അവനവൻ തന്നെ എന്ന തിരിച്ചറിവുണ്ടാക്കാൻ ഇന്ന് മനശ്ശാസ്ത്രശാഖ സഹായത്തിനുണ്ട്.

ലെബനീസ് കവിയും ദാർശനികനുമായ ഖലീൽ ജിബ്രാൻ മക്കളെക്കുറിച്ച് പറയുന്നത് കാതോർക്കുന്നത് നന്ന്:

നിങ്ങളുടെ കുട്ടികൾ നിങ്ങളുടേതല്ല
ജീവിതാശകളുടെ മക്കളാണവർ.
അവർ കൂടെയുണ്ടെങ്കിലും
നിങ്ങൾക്കവകാശപ്പെട്ടതല്ല.

അവർക്ക് സ്നേഹം നല്കാം പക്ഷേ
നിങ്ങളുടെ ചിന്തകൾ നല്കരുത്
കാരണം അവർക്കവരുടെ
സ്വന്തം ചിന്തകളുണ്ട്.

നിങ്ങൾക്കവരുടെ ശരീരത്തിന്
ഭവനങ്ങളാകാം; ആത്മാവുകൾക്കരുത്;
കാരണം ഭാവിയാണവരുടെ
ആത്മാവുകൾക്ക് ആലയം.

അവിടെ നിങ്ങൾക്ക് സ്വപ്നങ്ങളിൽ
പോലും എത്തിപ്പെടാനാകില്ല.
നിങ്ങൾക്ക് വേണമെങ്കിൽ അവരെ
പ്പോലെ ആകാം.
അവർ നിങ്ങളെപ്പോലെ
ആകണമെന്ന് ശഠിക്കരുത്.
കാരണം, ജീവിതം നാളെകളിലേക്കാണ്
ഇന്നലെകളിലേക്കല്ല.

നിങ്ങളാകുന്ന വില്ലുകളിൽനിന്ന്
കുലയ്ക്കപ്പെടുന്ന ജീവനുള്ള
അസ്ത്രങ്ങളാണ് നിങ്ങളുടെ മക്കൾ
അനന്തതയിലേക്കുള്ള പ്രയാണത്തിൽ
അവരെവിടെ എത്തണമെന്ന്
വില്ലാളിക്കറിയാം.
നിങ്ങളെ വളച്ച് വില്ലു കുലയ്ക്കാനും
അവനറിയാം.
നിങ്ങൾ വളഞ്ഞുകൊടുത്താൽ നിങ്ങൾക്ക് നന്ന്
അമ്പിനെയും വില്ലിനെയും
സ്നേഹിക്കുന്നവനാണവൻ.

-ഖലീൽ ജിബ്രാൻ

■

ഹെഫീസ്റ്റസിന്റെ പ്രതികാരം
(Revenge of Hefistus)

ദേവലോകത്തെ രാജാവായ സ്യൂസ് ദേവന്റെ ഭാര്യയാണ് ഹീര. അവർക്കൊരു കുഞ്ഞുണ്ടായ കഥയാണ് ഈ ഗ്രീക്ക് മിത്തിൽ പറഞ്ഞുവരുന്നത്.

ഹീര സുന്ദരിയാണ്. വിവാഹപൂർവ്വബന്ധത്തിലാണ് അവർക്ക് ആദ്യകുഞ്ഞ് ജനിക്കുന്നത്; ഹെഫീസ്റ്റസ്. അവന്റെ കാലുകൾ വക്രിച്ചിരുന്നു. നടക്കുമ്പോൾ വീണുപോകുമായിരുന്നു. അവന്റെ നടത്തവും വീഴ്ചയും ദേവലോകത്തെ മറ്റുള്ളവർക്ക് ചിരിക്ക് വക നല്കിയിരുന്നു. സൗന്ദര്യത്തിന്റെ നിറകുടമായ ഒരമ്മയ്ക്ക് ശരീര വൈരൂപ്യമുള്ള ഒരു മകനെ എത്രനാൾ താങ്ങാനാകും. ഒരു ദിവസം ഒളിമ്പസ് മലയുടെ മുകളിൽനിന്ന് തന്റെ കുഞ്ഞിനെ വലിച്ചൊരേറ് കൊടുത്തു, സമുദ്രത്തിലേക്ക്, ആ അമ്മ.

എന്നാൽ കടലിന്റെ ദേവതയായ തേറ്റിസ് ആ കുഞ്ഞിനെ മുങ്ങിച്ചാകാൻ അനുവദിച്ചില്ല. അവരതിനെ ഒളിച്ച് വളർത്തി. കടലിനടിയിലെ തന്റെ പരിചാരകരും മത്സ്യകന്യകകളുമൊക്കെയായി കളിച്ച് നടന്ന് ആ കുഞ്ഞ് വളർന്നു. ശരീരവൈകല്യങ്ങൾ ആരും ശ്രദ്ധിച്ചതുമില്ല. കരകൗശലവിദ്യയിൽ അവൻ നല്ല മിടുക്കു പ്രകടിപ്പിച്ചിരുന്നു. പുതിയ വസ്തുക്കൾക്ക് രൂപകല്പന ചെയ്യാനുള്ള പ്രത്യേക സർഗ്ഗവാസന അവനുണ്ടായിരുന്നു.

താൻ കടലിലേക്ക് വലിച്ചെറിയപ്പെട്ടവനാണെന്നൊക്കെ അവൻ കളിക്കൂട്ടുകാരിൽനിന്നും മനസ്സിലാക്കിയിരുന്നു. ശരീരത്തിന് വൈകല്യമുണ്ടെങ്കിലും അവൻ ശക്തമായ ഒരു മനസ്സിന്റെ ഉടമയായിരുന്നു. അമ്മയോടുള്ള പ്രതികാരത്തിന് ആ മനസ്സ് ദാഹിച്ചിരുന്നു.

ഒരു ദിവസം രാജ്ഞിക്ക് ഒരു സുവർണ്ണ സിംഹാസനം സമ്മാനമായി ലഭിച്ചു. കടലിലെ വിലപിടിപ്പുള്ള രത്നങ്ങളും മുത്തുകളും പതിച്ച ഒരു മനോഹര സിംഹാസനം. മുമ്പെങ്ങും എവിടെയും

കണ്ടിട്ടില്ലാത്ത സിംഹാസനം കിട്ടിയതും ഹീര ആർത്തിയോടെ അതിൽ കയറി ഇരുന്നു. രാജ്ഞിക്ക് യോജിച്ച ആസനം തന്നെ. പക്ഷേ എഴുന്നേൽക്കാൻ ശ്രമിച്ചപ്പോൾ സംഗതി പുലിവാലായി. പറ്റുന്നേയില്ല. ആരൊക്കെ ശ്രമിച്ചിട്ടും ഹീരയ്ക്ക് അതിൽനിന്നെഴു ന്നേൽക്കാൻ കഴിഞ്ഞില്ല, ഒടുവിൽ സിംഹാസനത്തിന്റെ നിർമ്മാ താവിനായി ആളെ വിട്ടു.

തന്റെ പ്രതികാരം ഫലിച്ചു എന്ന് ഹെഫീസ്റ്റസിന് മനസ്സിലായി. തന്നെ ഒളിമ്പസ് മലയിൽനിന്നും കടലിലേക്ക് വലിച്ചെറിഞ്ഞ അമ്മ യ്ക്കിപ്പോൾ ശരീരവൈകൃതമുള്ള മകന്റെ സഹായം ആവശ്യമായി രിക്കുന്നു. ഓർത്തപ്പോൾ ഹെഫീസ്റ്റസിന് ഉള്ളിൽ ചിരിപൊട്ടി. രാജ്ഞിയെ സഹായിക്കാം; പക്ഷേ, ഒരു കണ്ടീഷൻ. എന്താ ണെന്നോ? സ്വർഗ്ഗലോകത്തിലെ ഏറ്റവും സുന്ദരിയായ ദേവതയെ തനിക്ക് വിവാഹം ചെയ്ത് കിട്ടണം.

രാജ്ഞിക്ക് വേറെ മാർഗ്ഗമില്ലായിരുന്നു. സമ്മതിച്ചുകൊടുത്തു മകന്റെ ആഗ്രഹം. അതോടെ രാജ്ഞി സിംഹാസനത്തിൽനിന്നും സ്വതന്ത്രയായി എഴുന്നേറ്റു. സൗന്ദര്യത്തിന്റെ ദേവതയായ ആഫ്ര ഡൈറ്റിയെ വിവാഹം കഴിച്ചുകൊടുത്ത് അമ്മ വാക്കുപാലിച്ചു. അതോടെ മകനെ സ്വർഗ്ഗലോകത്തേക്ക് തിരിച്ചെടുക്കുകയും ചെയ്തു. എന്തൊക്കെയാണെങ്കിലും ഹീരയും അച്ഛൻ സ്യൂസും

വഴക്കിടുന്ന വേളയിൽ മകൻ അമ്മയുടെ പക്ഷമേ ചേരൂ. അതാണല്ലോ പൊക്കിൾകൊടി ബന്ധം.

ഗ്രീക്ക്

മുത്തുകൾ

സുന്ദരിമാരായ അമ്മമാർക്ക് വിരൂപരായ മക്കളുണ്ടാകാറുണ്ട്. ബുദ്ധിമാന്മാരായ മാതാപിതാക്കൾക്ക് മണ്ടന്മാരായ മക്കളുണ്ടാകാറുണ്ട്. വെളുത്തവർക്ക് കറുത്ത കുട്ടികളും. നല്ല ആരോഗ്യമുള്ളവർക്ക് തീരെ ആരോഗ്യം കുറഞ്ഞ മക്കളും ഉണ്ടാകാറുണ്ട്. നമുക്ക് ചുറ്റും ഒന്നു കണ്ണോടിച്ചാൽ ഇത്തരം കാഴ്ചകൾ കുറവല്ലെന്നും കാണാം.

ശാരീരിക വൈകല്യങ്ങളുള്ള കുട്ടികളോട് സാധാരണ രക്ഷിതാക്കളുടെ മനോഭാവം എന്താണ്? അവരെ മുഖ്യധാരയിലേക്ക് കൊണ്ടുവരാൻ മടിക്കുന്നവരല്ലേ രക്ഷിതാക്കൾ? രാജ്ഞിയായ ഹീര ഈ പുരാണകഥയിൽ ചെയ്തതെന്താണ്? അതുതന്നെയല്ലേ ഭിന്ന ശേഷിക്കാരായ മക്കളോട് രക്ഷിതാക്കൾക്കുള്ള മനോഭാവം ഇന്നും? കടലിലെറിയപ്പെട്ട കുഞ്ഞ് മറ്റൊരന്തരീക്ഷത്തിൽ വളർത്തപ്പെട്ടപ്പോൾ മിടുക്കനും സർഗ്ഗവാസനയുള്ളവനുമായി തീർന്നില്ലേ? അത്തരം കുഞ്ഞുങ്ങളെ തങ്ങളുടെ അഹന്തയ്ക്ക് പുറത്തുള്ള ഒരു വ്രണമായി കാണാതെ കൂടുതൽ പരിഗണന നല്കി മുഖ്യധാരയിൽ എത്തിച്ചാൽ അവരും മിടുക്കരാകും, അവരും നേട്ടങ്ങൾ കൊയ്യുന്നവരാകും.

തലയും കണ്ണുകളും മാത്രം ചലിപ്പിക്കാൻ കഴിഞ്ഞിരുന്ന സ്റ്റീഫൻ ഹോക്കിങ്ങ് ഒരു വാനശാസ്ത്രജ്ഞനും ചിന്തകനുമായി. കേൾക്കാനും കാണാനും കഴിയാതിരുന്ന ഹെലൻ കെല്ലർ വെല്ലുവിളികളെ നേരിട്ട് എഴുത്തുകാരിയും വിദ്യാഭ്യാസ പ്രവർത്തകയുമായി. കൈയും കാലുമില്ലാതെ മെൽബണിൽ ജനിച്ച നിക്വ്യൂജിസിക് മറ്റുള്ളവർക്ക് ആവേശം പകരുന്ന മോട്ടിവേഷനൽ പ്രാസംഗികനാണിന്ന്. ബധിരത, വിക്ക് (stammering) അപസ്മാരം (epilepsy) എന്നിവ ബാധിച്ച ലൂയിസ് കാരൾ (Lewis carrol) ആണ് Alice in wonderland എന്ന വിശ്വവിഖ്യാത ബാലസാഹിത്യകൃതി രചിച്ചത്. ലോകപ്രശസ്തനായ ഐൻസ്റ്റൈൻ dyslexia ബാധിച്ചവനായിരുന്നു. ലോകപ്രശസ്ത സംഗീതപ്രതിഭയായ ബിഥോവൻ ബധിരനായിരുന്നു.

ചുരുക്കത്തിൽ ശാരീരിക വൈകല്യങ്ങളുള്ള കുഞ്ഞുങ്ങൾ ഒരിക്കലും എറിഞ്ഞുകളയപ്പെടേണ്ടവരല്ലെന്ന് ഈ പുരാണകഥ നമ്മെ ഓർമ്മിപ്പിക്കുന്നു.

ചില പഴമൊഴികൾ:

ചെറുപ്പത്തിൽ കുറെ ബുദ്ധിമുട്ടുകളെ അഭിമുഖീകരിച്ചവരാണ് സൂപ്പർ ഹീറോകളാകുക.

(Sometimes real superheroes live in the hearts of small children fighting big battles.)

Unknown

നിങ്ങളുടെ കുഞ്ഞുങ്ങൾ മിടുക്കരാകണമെന്നാഗ്രഹിക്കുന്നെങ്കിൽ; നിങ്ങൾ മക്കളെക്കുറിച്ച് മറ്റുള്ളവരോട് പറയുന്നത് അവർ കേൾക്കാനിടയാകട്ടെ.

(If you want children to improve, let them overhear the nice things you say about them to others.)

ഡോ. ഹെംജിനോട്ട്

ചട്ടക്കൂടിനുള്ളിൽ തളച്ചിടാൻ പറ്റാത്തവരാണ് അത്ഭുതപ്രതിഭകളായി മാറുന്നത്.

(Some ot the most wonderful people are the ones who don't fit into boxes.)

ടോറി ആമോസ്

■

സത്യവാൻ സാവിത്രി

തപസ്സും വ്രതവും ധാരാളമായി അനുഷ്ഠിച്ചതിനു ശേഷമാണ് അശ്വപതി രാജാവിന് സന്താനഭാഗ്യം കൈവന്നത്. ഒരു കുഞ്ഞു മോൾ. സാവിത്രിയെന്നവൾക്ക് പേരിട്ടു. വളർന്ന് യുവതിയായപ്പോൾ ഒരു ജീവിതപങ്കാളി വേണമെന്നായി.

അവൾക്കായി ഒരു രഥം അലങ്കരിച്ച് തയ്യാറാക്കി നൽകി പിതാവ്. അനേകരാജ്യങ്ങളിൽ യാത്രചെയ്ത് അനുരൂപനായ വരനെ കണ്ടെത്തി വരാൻ അവളെത്തന്നെ രാജാവ് പറഞ്ഞയച്ചു. മനസ്സിനിണങ്ങിയ ഒരാളെ കണ്ടെത്താൻ രാജകുമാരി വിജയിച്ചില്ല.

ഒടുവിൽ ഒരു വനത്തിൽ ഒരു പർണശാലയിൽ ഒരു യുവാവിനെ കണ്ടെത്തി. തനിക്ക് ചേർന്ന വരനാകുമെന്ന് തോന്നി.

രാജ്യം നഷ്ടപ്പെട്ട ഒരു രാജാവിന്റെ മകനായിരുന്നു അയാൾ. പേര് സത്യവാൻ. സ്വരാജ്യത്ത് തിരിച്ചെത്തി പിതാവിനെ പരിചയപ്പെടുത്തി ചെറുപ്പക്കാരനെ താൻ വരനായി സ്വീകരിക്കാൻ തയ്യാറാണെന്ന് സാവിത്രി അറിയിച്ചു. എല്ലാ വിശേഷങ്ങളും കേട്ടപ്പോൾ രാജാവിനും തൃപ്തിയായി. പക്ഷേ രാജ്യസന്നിധിയിലുണ്ടായിരുന്ന നാരദ മഹർഷി നെറ്റി ചുളിച്ചു. രാജാവ് കാരണം തിരക്കി.

“അയാളിൽ കുറ്റങ്ങളൊന്നുമില്ല; നന്മകളേറെയുണ്ട് താനും. പക്ഷേ....” മഹർഷി അർധോക്തിയിൽ നിർത്തി.

രാജാവിന് ഉത്ക്കണ്ഠയായി. “അതെന്താണാ പക്ഷേ...?”

“ഇന്നേയ്ക്ക് ഒരു വർഷം തികയുന്ന ദിവസം യുവാവ് മരിച്ചു പോകും.”

രാജാവ് ഞെട്ടി. ആ ബന്ധത്തിൽനിന്നും പിന്മാറാൻ മകളോട് യാചിച്ചു. പക്ഷേ സാവിത്രി പിന്മാറാൻ തയ്യാറില്ലായിരുന്നു. പ്രണയം അങ്ങനെയാണല്ലോ.

വിവാഹം സമംഗളം നടന്നു. സാവിത്രി വളരെ പ്രസന്നയായി കാണപ്പെട്ടു. പക്ഷേ ഉള്ളിനുള്ളിൽ ഒരു അഗ്നിപർവ്വതം എരിയുന്നതിന്റെ തീയും പുകയും അവൾ ഒളിപ്പിച്ചുവച്ചു.

ഒരു വർഷം തികയുന്നന്ന് സത്യവാൻ മരിക്കും. ആഴ്ചകളും മാസങ്ങളും അടർന്നുവീണുകൊണ്ടിരുന്നു. ഇനി കുറച്ചു ദിവസങ്ങളേയുള്ളൂ. അവൾ കഠിന തപസ്സു ചെയ്തു. ധ്യാനനിരതയായി. നിരാഹാരമിരുന്നു. മനസ്സിന്റെ നീറ്റൽ പാരമ്യത്തിലെത്തി.

അന്നും സത്യവാൻ നടക്കാനിറങ്ങി കാട്ടിലേക്ക്.

“ഞാനും വരുന്നു.”

“നിനക്ക് ക്ഷീണമുണ്ട്, മൂന്ന് ദിവസമായി നീ ആഹാരം കഴിച്ചിട്ടേയില്ല.” സത്യവാൻ വിലക്കി.

എന്നാൽ ആ ദിവസം സത്യവാനെ അനുഗമിക്കാതിരിക്കാൻ സാവിത്രിക്ക് പറ്റില്ലായിരുന്നു.

അവൾ ചിരിക്കാനും തമാശ പറയാനുമൊക്കെ ശ്രമിക്കുന്നുണ്ടായിരുന്നു. എന്നാൽ മനസ്സിൽ ഉമിത്തീ കത്തുന്നുണ്ടായിരുന്നു. എങ്ങനെയാണ് മരണം വരിക? എപ്പോഴാണ് വരിക? അപ്പോൾ താനെന്തു ചെയ്യണം? വൈധവ്യം എന്താണ്?

“എനിക്ക് നല്ല തലവേദന. ക്ഷീണവും തോന്നുന്നു. ഞാൻ ഈ തണലിൽ ഒന്നു കിടന്നോട്ടെ.” സത്യവാൻ കിടന്നു.

സാവിത്രിക്ക് കാര്യം മനസ്സിലായി. സമയം അടുത്തിരിക്കുന്നു. സത്യവാന്റെ തല തന്റെ മടിയിൽ വച്ച് അവളും ഇരുന്നു. ഹൃദയം പിടച്ചു തുടങ്ങി. അയാൾ നന്നായി വിയർക്കുന്നുണ്ടായിരുന്നു. നെറ്റിയിൽ വിയർപ്പുതുള്ളികൾ മുളച്ചുപൊങ്ങി. ഉള്ളുരുകി പ്രാർത്ഥിച്ചുകൊണ്ടിരുന്നു അവൾ.

കറുകറുത്തൊരു രൂപം ചുവന്ന ദൃഷ്ടികളുമായി പ്രത്യക്ഷപ്പെട്ടിരിക്കുന്നു. കൈയിൽ കുരുക്കിട്ട കയറുമായി മരണദേവൻ നില്ക്കുന്നു. ചുടുകണ്ണീരൊലിപ്പിച്ച് അവൾ യാചനാഭാവത്തിൽ നോക്കി.

“ആത്മാവിനെ കൊണ്ടുപോകുന്നു.” എന്ന് പറഞ്ഞ് മരണദേവൻ തിരിഞ്ഞ് തെക്കോട്ട് നടന്നു.

സാവിത്രിയും പുറകെ നടന്നു തുടങ്ങി. കുറേ ദുരം പുറകെ നടന്നപ്പോൾ മരണദേവൻ തിരിഞ്ഞുനിന്ന് പറഞ്ഞു;

“സാവിത്രീ, നീ മടങ്ങിപ്പോണം.”

“ദേവാ, എന്റെ ഭർത്താവിന്റെ ആയുസ്സുകൊണ്ട് അങ്ങ് എവിടെപ്പോകുന്നോ അവിടേക്ക് ഞാനും വരും. ഞാൻ പാതിവ്രത്യം

ഉള്ളവളാണ്. അതുകൊണ്ട് ആർക്കും എന്നെ തടയാനാകില്ല. ഞാനെന്റെ പതിയുടെ ആയുസ്സിനെ പിന്തുടരുകതന്നെ ചെയ്യും."

ദേവൻ നടത്തം തുടർന്നുകൊണ്ടിരുന്നു. പുറകെ സാവിത്രിയും. വീണ്ടും കുറേ ദൂരം പിന്നിട്ട് ദേവൻ തിരിഞ്ഞുനിന്ന് പറഞ്ഞു:

"ബഹുദൂരം നീയെന്നെ അനുഗമിച്ചുകഴിഞ്ഞു. നീ തിരിച്ചു പോകുക. നീ ചോദിക്കുന്ന വരം ഞാൻ തരും."

"എനിക്കെന്റെ ഭർത്താവിൽനിന്ന് മക്കളുണ്ടാകണം."

"ശരി." ശല്യം ഒഴിവാക്കാൻ ദേവൻ സമ്മതിച്ചു.

"എങ്കിൽ എന്റെ ഭർത്താവ് ജീവിച്ചേ പറ്റൂ."

അപ്പോഴാണ് ദേവന് തനിക്ക് പറ്റിയ അബദ്ധം മനസ്സിലായത്.

ഇന്ത്യ

മുത്തുകൾ

അതിശക്തമായ പാതിവ്രത്യത്തിന്റെ മുന്നിൽ മരണദേവൻ പോലും തലകുനിക്കുമെന്നാണ് ഈ ഇന്ത്യൻ മിത്ത് നമ്മെ പഠിപ്പിക്കുന്നത്. ദേവൻ സാവിത്രിക്ക് ഭർത്താവിന്റെ ആത്മാവിനെ നൽകി സ്ഥലം വിട്ടെന്ന് കഥാന്ത്യം.

ദാമ്പത്യസ്നേഹത്തിന്റെ ഒരു മനോഹര ചിത്രമാണ് നാം ഈ കഥയിൽ കാണുന്നത്. തനിക്ക് ഇഷ്ടപ്പെട്ട ജീവിതപങ്കാളിയെ കണ്ടെത്തുന്നത് അന്ന് സ്ത്രീയുടെ ചുമതലയായിരുന്നു എന്നത് അത്ഭുതമായി തോന്നും ഇന്നുള്ളവർക്ക്. ഇരുപത്തഞ്ചും മുപ്പതും വയസ്സായ മക്കൾക്കായി അച്ഛനും അമ്മയും ഒരു പങ്കാളിയെ അന്വേഷിച്ചു നടക്കുന്ന കാലത്ത് ഈ കഥ കൗതുകം സമ്മാനിക്കുന്നു. അലങ്കരിച്ച രഥത്തിൽ മകളെ പറഞ്ഞയയ്ക്കുകയാണ് പിതാവ്. പിന്നീട് മകൾ കൊണ്ടുവരുന്ന യുവാവിനെ സ്വീകരിക്കുക. ബന്ധത്തിന്റെ വരും വരായ്കളെക്കുറിച്ച് ഉപദേശിക്കുക. അതൊക്കെ പോരെ, പിതാവിന്റെ ചുമതല?

സ്വാതന്ത്ര്യം ഉത്തരവാദിത്തമാണ്. പരിഷ്കൃതരും ആധുനികരുമൊക്കെയാണ് എന്നു നടിക്കുന്ന നാം സ്ത്രീയോട് പെരുമാറുന്ന രീതി ഒന്നു ഇതുമായി താരതമ്യപ്പെടുത്തിയാൽ, ഏതാണ് ശരി, ഏതാണ് തെറ്റ് എന്ന് ബോധ്യമാകും.

എവിടേയും ഏതു സമയത്തും ഇറങ്ങി നടക്കുവാൻ കഴിയാത്തത്ര വിധം നാം സ്ത്രീയെ ചങ്ങലയ്ക്കിട്ടു എന്നു പറയുന്നതാണ് ശരി. സ്ത്രീയെ രക്ഷിക്കാനാണെന്നാണ് വ്യാഖ്യാനം. ആരാണ്

രക്ഷകൻ? അസമയം ഏതാണ്? മനുസ്മൃതിയിലെ 'ന സ്ത്രീ സ്വാതന്ത്ര്യമർഹതി' എന്നുതന്നെയല്ലേ ഇന്നത്തെ അവസ്ഥ. അവളെന്തു പഠിക്കണം, എന്ത് ധരിക്കണം, ആരെ വിവാഹം കഴിക്കണം എന്ന വ്യക്തിപരമായ കാര്യങ്ങളിൽ തീരുമാനമെടുക്കാൻ അവൾക്കിന്ന് സ്വാതന്ത്ര്യമുണ്ടോ?

ഇന്ത്യയിലെ സ്ത്രീധന മരണങ്ങളുടെ കണക്ക് ഭയപ്പെടുത്തുന്നതാണ്. ഏതാണ്ട് 7000 പേർ ഒരു വർഷം സ്ത്രീധനത്തിന്റെ പേരിൽ കൊല്ലപ്പെടുന്നു. ഒരു ദിവസം 20 പേരെങ്കിലും കൊല ചെയ്യപ്പെടുന്നു. സ്ത്രീധനം കൊടുക്കാനോ വാങ്ങാനോ പാടില്ലെന്നുള്ള നിയമം ഉണ്ടുതാനും. ഇനി ബലാത്സംഗ കേസുകളാണെങ്കിലോ, 32033 കേസുകൾ (NCRB-2019). അതായത് ദിവസം 88 കേസുകൾ. സ്ത്രീ ദേവതയാണ് എന്ന് പഠിപ്പിച്ച നാട്ടിലെ കഥയാണിത്. വിവാഹമോചനത്തിന്റെ കണക്കുകളും കൂടി വരുന്നു.

അങ്ങനെയൊക്കെയെങ്കിൽ ഒരു തിരിഞ്ഞുപോക്കല്ലേ നല്ലത്? പവിത്രമായ സ്നേഹവും കളങ്കമേശാത്ത വിശ്വസ്തതയും കൈമുതലായുള്ള, പാതിവ്രത്യത്തിന്റെ ഉത്തമ ഉദാഹരണമായ സത്യവാൻ -സാവിത്രിയിലേക്ക്?

പഴമൊഴികൾ

സ്നേഹത്തിന്റെ കുറവല്ല; സൗഹൃദത്തിന്റെ കുറവാണ്, വിവാഹത്തകർച്ചയ്ക്ക് കാരണമാകുന്നത്.

(It is not a lack of love but a lack of friendship that makes unhappy marriage.)

അന്യോന്യം മാപ്പ് കൊടുക്കാൻ കഴിയുന്ന രണ്ടു പേരുടെ കൂടിച്ചേരലാണ് നല്ല വിവാഹം.

(A good marriage is the union of two good forgivers.)

Ruth Bel Graham

■

ഒർഫ്യൂസും യൂറിഡിസും
(Orpheous & Eurydice)

സംഗീതജ്ഞന്മാരിൽ അഗ്രഗണ്യനാണ് ത്രാസ്സിൽ ജീവിച്ചിരുന്ന ഒർഫ്യൂസ്. കമ്പികൾ വലിച്ചു മുറുക്കിയ ഒരു ഉപകരണമാണ് അദ്ദേഹത്തിന്റേത്. ഒഴുകുന്ന പുഴകൾ വരെ ഒരു നിമിഷം നിശ്ചലമായിനിന്ന് ആസ്വദിച്ചിരുന്നത്രെ ഒർഫ്യൂസിന്റെ മാന്ത്രിക വിരലുകൾ വിരിയിക്കുന്ന സംഗീത സൂനങ്ങൾ, അയാൾക്കൊരാരാധികയുണ്ടായിരുന്നു, യൂറിഡിസ്. ഇരുവരും ഗാഢപ്രണയത്തിലുമായിരുന്നു. പ്രണയകഥയിൽ സാധാരണ കാണാറുള്ള തടസ്സങ്ങളൊന്നും ഇവർക്ക് വിവാഹിതരാകാൻ ഉണ്ടായിരുന്നുമില്ല. പക്ഷേ, വിവാഹശേഷം ഒരു സർപ്പം വില്ലനായി വന്ന് യൂറിഡിസിന്റെ ജീവനെടുത്തത് ഹൃദയഭേദകമായ രംഗങ്ങൾ സൃഷ്ടിച്ചു. ഒരു രാത്രിപോലും ഒരുമിച്ച് കഴിയാൻ ഭാഗ്യമില്ലാത്ത ദമ്പതികളായി മാറി അവർ. തന്റെ സംഗീതോപകരണത്തിൽനിന്നും അടർന്നുവീണ ശോക സംഗീതം, സംസ്കാര ചടങ്ങിൽ അനുഗമിച്ചിരുന്നവരുടെ കണ്ണുകളും നനച്ചിരുന്നു.

തന്റെ പ്രാണന്റെ പ്രാണനായ യൂറിഡിസിനെ ചുമ്മാ അങ്ങ് വിസ്മരിക്കാൻ അയാൾ തയ്യാറായില്ല. തന്റെ സംഗീതോപകരണത്തിൽ സംഗീതം ആലപിച്ചുകൊണ്ട് അയാൾ പാതാളത്തിന്റെ പടിവരെയെത്തി. അതിർത്തിയിലെ മറവിയുടെ പുഴയായ സ്റ്റൈക്സ് നദിയിലെ വഞ്ചിക്കാരൻ, ആലാപനത്തിൽ മയങ്ങി ഒർഫ്യൂസിനെയും കയറ്റി അക്കരെയെത്തിച്ചു. അവിടെയുള്ള ഗേറ്റ് സൂക്ഷിപ്പുകാരൻ മൂന്നുതലയുള്ള സെർബറസ് എന്ന ശുനകനും ഒർഫ്യൂസിന്റെ ആലാപനത്തിൽ മുഴുകി തടസ്സം നില്ക്കാതെ അയാളെ ആത്മാക്കളുടെ ലോകത്തേക്ക് കടക്കാനനുവദിച്ചു. സംഗീതത്തിന്റെ ഒരു മാന്ത്രികശക്തി...

കഠിനഹൃദയനായ പാതാളത്തിന്റെ രാജാവ് ഹെയ്ഡിസ് ആശ്ചര്യചിത്തനായി നവാഗതനെ ശ്രദ്ധിച്ചു. രാജാവും രാജ്ഞിയും

ഇരിക്കുന്ന സിംഹാസനങ്ങൾക്ക് മുന്നിൽ മുട്ടുകുത്തി തന്റെ ജീവിത പങ്കാളിയെ വിട്ടുതരണമെന്ന് ശോകമയമായ സംഗീതാലാപന ത്തോടെ അപേക്ഷിച്ചു. ജീവനുള്ളവരുടെ ലോകത്തേക്ക് തന്റെ കൂടെ മടങ്ങാൻ യൂറിഡിസിനെ അനുവദിക്കണമെന്ന് അയാൾ കേണ പേക്ഷിച്ചു. രാജ്ഞി തന്റെ ഭർത്താവിന്റെ ചെവിയിൽ എന്തോ മന്ത്രിച്ചു. രാജാവ് സംസാരിക്കാൻ തുടങ്ങിയപ്പോൾ ഒർഫ്യൂസ് ആലാപനം നിർത്തി. പാതാളം മുഴുവൻ രാജാവിന്റെ വാക്കുകൾക്ക് കാതോർത്തു.

“ഒർഫ്യൂസ്, സമാധാനത്തോടെ മടങ്ങുക, യൂറിഡിസ് നിന്റെ പുറകെയുണ്ടാകും, നിഴലുപോലെ. പടികടക്കുന്നതുവരെ തിരിഞ്ഞു നോക്കരുത്. തിരിഞ്ഞുനോക്കിയാൽ പിന്നെ നിനക്ക് നിന്റെ പ്രിയ തമയെ തിരിച്ചുകിട്ടില്ല.”

ആശ്വാസത്തോടും ആകാംക്ഷയോടും കൂടി ഒർഫ്യൂസ് തിരിഞ്ഞു നടന്നു. ഇരുട്ടിൽ മിന്നാമിനുങ്ങുകൾ മിന്നുന്നപോലെ ആത്മാവുകൾ അങ്ങുമിങ്ങും പാറുന്നുണ്ടായിരുന്നു. ഈർപ്പമുള്ള വഴിയിലൂടെ അങ്ങകലെ പകലിന്റെ ലോകത്തേക്ക് സ്വന്തം ഹൃദയ മിടിപ്പിന്റെ താളം മാത്രം കേട്ട് അയാൾ നടന്നുതുടങ്ങി. മനസ്സ് സന്തോഷത്തിലും ഉത്കണ്ഠയിലും നിറഞ്ഞു തുളുമ്പിയിരുന്നു. തന്റെ പുറകെ അവളുണ്ടാകുമോ എന്നറിയാതെ മനസ്സ് വീർപ്പുമുട്ടു ന്നുണ്ടായിരുന്നു. ‘തിരിഞ്ഞു നോക്കരുത്’ എന്ന കല്പന മനസ്സിൽ കള്ളിമുള്ളിട്ട് വലിക്കുന്നപോലെ തോന്നിയിരിക്കണം, ഒർഫ്യൂസിന്. ഉത്കണ്ഠയുടെ കുന്തമുനകൾ അയാളെ കുത്തിമുറിവേൽപ്പിക്കുന്നു ണ്ടായിരിക്കണം.

പാതാളത്തിലെ രാജാവ് തന്നെ പറഞ്ഞ് പറ്റിക്കുകയാണെ ങ്കിലോ? അവൾ തന്റെ പുറകിൽ ഇല്ലെങ്കിലോ? നൂറായിരം ചോദ്യ ങ്ങളെ തടുക്കാനാകാതെ ഒർഫ്യൂസ് പെട്ടെന്ന് തിരിഞ്ഞു നോക്കി. കഷ്ടം... കഷ്ടം..! ‘രക്ഷിക്കണേ’ എന്നർത്ഥത്തിൽ കൈനീട്ടി കൊടു ങ്കാറ്റിലകപ്പെട്ടവഞ്ചിപോലെ അകന്നകന്ന് ഇരുട്ടിൽ ലയിച്ചു, യൂറി ഡിസ്. ഒർഫ്യൂസ് മരവിച്ചുനിന്നു; നിസ്സഹായനായി. സ്വയം ശപിച്ചു, കരഞ്ഞു. മുട്ടിൽ വീണ് കരഞ്ഞു. കരഞ്ഞുകരഞ്ഞ് തിരിച്ചുപോന്നു. ദുഃഖിക്കുന്നവർക്കും വേദനയനുഭവിക്കുന്നവർക്കുമായി സംഗീതമാല പിച്ച് ശിഷ്ടകാലം ഏകനായി ജീവിച്ചു.

ഗ്രീക്ക്

മുത്തുകൾ

മരണം ഒരു സത്യമാണെന്നും അതിൽ നിന്നാർക്കും മോചന മില്ലെന്നും ഏവർക്കും അറിയാം. എന്നാലും തനിക്കോ തന്റെ

പ്രിയപ്പെട്ടവർക്കോ മുന്നിൽ മരണം അരിച്ചെത്തുമ്പോൾ മനസ്സിലുണ്ടാകുന്ന വേദന കുറച്ചൊന്നുമല്ല. കഴിയുമെങ്കിൽ ഈ പാനപാത്രം ഒഴിവാക്കിത്തരേണമേ എന്ന് ഹൃദയം നുറുങ്ങി പ്രാർത്ഥിക്കുന്നവരാണ് സാധാരണ മനുഷ്യർ. ഒർഫ്യൂസിനെപ്പോലെ ഏവരുടെയും വികാരം തന്നെയാണിത്. മരണങ്ങൾ ആരെയും തളർത്തിക്കളയും. ഒർഫ്യൂസ് തിരിഞ്ഞുനോക്കാതിരുന്നെങ്കിൽ... ഏവരുടെയും മനസ്സിലുയരുന്ന ചിന്ത അതുതന്നെ.

'തിരിഞ്ഞു നോക്കരുത്' എന്നത് ഒരു താക്കോലാണ്. മനുഷ്യമനസ്സിനെ തുറക്കാനും അടയ്ക്കാനുമുള്ള ഒരു താക്കോൽ. ഹെയ്ഡിസ് ഒർഫ്യൂസിന് കൊടുത്ത ഒരു താക്കോൽ. ഒരുപക്ഷേ, പാതാള രാജാവിന് മനുഷ്യമനസ്സിന്റെ അസ്ഥിരത അറിയുമായിരുന്നിരിക്കാം.

മനുഷ്യനുണ്ടാകുന്ന കഷ്ടപ്പാടുകൾ സ്വയംകൃതങ്ങളല്ലേ? കഴിഞ്ഞുപോയതിനെ വിട്ടുകളയാൻ മനുഷ്യൻ തയ്യാറല്ല. മരണം ഒരു സത്യമാണ്, മരിച്ചവരെക്കുറിച്ചുള്ള ഓർമ്മകൾ മാത്രം മതിയല്ലോ മനുഷ്യന് ജീവിക്കാൻ. ഇന്നലെകൾ കഴിഞ്ഞതാണ് 'തിരിഞ്ഞു നോക്കരുത്' എന്നുപറഞ്ഞതിന്റെ അർത്ഥവും അതായിരിക്കണം. തൂവിപ്പോയ പാലിനെക്കുറിച്ച് വിലപിച്ചിട്ട് കാര്യമുണ്ടോ? നഷ്ടപ്പെട്ടവരെക്കുറിച്ചുള്ള നല്ല ഓർമ്മകളുമായി ജീവിക്കുക. നിങ്ങളുടെ തലയാണ് നിങ്ങളെ ഭരിക്കേണ്ടത്; ഹൃദയമല്ല. മരണശേഷം ജീവിതമുണ്ടെങ്കിൽ വീണ്ടും അവരെ കണ്ടെത്താൻ കഴിഞ്ഞെങ്കിലോ എന്ന ശുഭപ്രതീക്ഷയുമായി ജീവിക്കുക; ഒർഫ്യൂസിന്റെ സംഗീതം പോലെ. മറ്റുള്ളവർക്ക് ആശ്വാസത്തിന്റെ വാക്കുകൾ പകർന്ന് ജീവിക്കുക. വർത്തമാനകാലമാണ് ജീവിക്കാനുള്ളത്; ഭൂതകാലം ഓർമ്മിക്കാൻ മാത്രം. ഭൂതകാലത്തിൽ ജീവിക്കുന്നവർക്കുള്ള ഒരു ഓർമ്മപ്പെടുത്തലാണ് 'തിരിഞ്ഞു നോക്കരുത്' എന്നത്.

ദാമ്പത്യ സ്നേഹത്തിന്റെ ശക്തിക്കുദാഹരണമായി ഈ ഗ്രീക്ക് മിത്ത് മിന്നിത്തിളങ്ങുന്നു, സംഗീതത്തിന്റെ വേദന സംഹാരശേഷിക്കുദാഹരണമായും. ഇത്തരം മിത്തുകൾ ഒരിക്കലും ഒരു ചെവിയിലൂടെ കേട്ട് മറുചെവിയിലൂടെ തള്ളേണ്ടവയല്ല. ലോകം നിലനിൽക്കുന്ന കാലത്തോളം ഈ മിത്തും മനുഷ്യാധരങ്ങളിൽ നാടോടി നൃത്തം ചെയ്തുകൊണ്ടിരിക്കും.

Music Therapy:

സംഗീതം ഔഷധമാണ് എന്ന് പല ഗവേഷണങ്ങളും തെളിയിച്ചിട്ടുണ്ട്.

സംഗീതം:

1. മാനസിക പിരിമുറുക്കം കുറയ്ക്കുന്നു.
2. വേദന ശമിപ്പിക്കുന്നു.
3. രോഗപ്രതിരോധശക്തി വർദ്ധിപ്പിക്കുന്നു.
4. സുഖനിദ്ര പ്രദാനം ചെയ്യുന്നു.
5. താളസംഗീതം വ്യായാമം സുഖകരമാക്കുന്നു.
6. ഹൃദയമിടിപ്പ് നിയന്ത്രിക്കുന്നു.
7. ബ്ലഡ് പ്രഷർ ക്രമപ്പെടുത്തുന്നു.
8. ഉത്കണ്ഠയകറ്റുന്നു.
9. ഹൃദയകാഠിന്യം കുറയ്ക്കുന്നു.

ദിനംപ്രതി 30 മിനിറ്റ് നല്ല മെലഡികൾ ശ്രവിച്ചാൽ ഹൃദയാഘാതം കുറയ്ക്കാമെന്ന് 2020-ൽ American College of Cardiology ഗവേഷണം നടത്തി കണ്ടെത്തിയിട്ടുണ്ട്.

പാർക്കിൻസൺസ്, ആൾഷൈമേഴ്സ്, എപിലപ്സി എന്നീ രോഗങ്ങളെ സംഗീതം ലഘൂകരിക്കുന്നതായി Johns Hopkins center for Music and Medicine-ൽ നടത്തിയ ഗവേഷണഫലം കാണിക്കുന്നു.

മൊഴികൾ:

മരുന്നുകൾക്ക് തൊടാനാകാത്ത മുറിവുകളെ സംഗീതം സുഖപ്പെടുത്തുന്നു.

(Music can heal wounds that medicine can't touch.)

Debasish Mridho

പാടുന്നവന് ദുരിതങ്ങളകറ്റാൻ കഴിയും.

(He who sings scares away his woes.)

Cervantes

സംഗീതം രോഗശാന്തി നൽകുന്നവനാണ്, സംഗീതംകൊണ്ട് ഓരോ ദിവസവും തുടങ്ങുകയും അവസാനിപ്പിക്കുകയും ചെയ്യുക.

(Music is a great healer; begin and end your day with Music.)

Laila Gifty Akita

■

വിധി

(Fate)

പണ്ട് പണ്ട് ഒരു സുൽത്താനുണ്ടായിരുന്നു. അതിസുന്ദരിമാരായ മൂന്ന് പെൺമക്കളാണ് അവർക്കുണ്ടായിരുന്നത്. മക്കൾക്ക് വിവാഹ പ്രായമായപ്പോൾ രാജ്ഞി പറഞ്ഞു.

"പണവും പ്രതാപവും മാത്രമല്ല ദാമ്പത്യത്തിന് ഐശ്വര്യം നൽകുന്നത്; ഭാഗ്യം അഥവാ വിധിയും കൂടെ അനുകൂലമാകണം. വിധിയെന്താണെങ്കിലും നാമത് സ്വീകരിക്കുക."

അമ്മയുടെ ഉപദേശം മൂന്നു രാജകുമാരിമാരും കേട്ടു.

രാജകുമാരിമാരുടെ സ്വയംവര പ്രഖ്യാപനം നടത്തപ്പെട്ടു. വിവാഹാർത്ഥികളായ യുവാക്കൾ നിശ്ചിത ദിവസം അലംകൃതമായ മൈതാനത്തിലെത്തിച്ചേർന്നു. കൊട്ടാരത്തിലെ മുകളിലെ നിലയിലെ കിളിവാതിൽ തുറന്നു. മൂത്തവൾ പ്രത്യക്ഷപ്പെട്ടു. എല്ലാ കണ്ണുകളും കിളിവാതിലിൽ പ്രത്യക്ഷപ്പെട്ട സുന്ദരിയിലേക്ക് തിരിഞ്ഞു. കുമാരി ഒരു സിൽക്ക് തുവാലയെടുത്ത് വീശി പുറത്തേക്കെറിഞ്ഞത് കാറ്റിൽ പറന്നുപറന്ന് സുമുഖനും ഉന്നതകുലജാതനുമായ ഒരു അമീറിന്റെ തലയിൽ വന്നു വീണു. അയാൾ മൂത്തവൾക്ക് യോജിച്ച വരൻതന്നെയായിരുന്നു. രണ്ടാമത്തെ പുത്രിയെറിഞ്ഞ പട്ടുതൂവാല സുന്ദരനായ മറ്റൊരു പ്രഭുകുമാരന്റെ തലയിലാണ് വീണത്. അയാളും യോജിച്ച വരൻതന്നെ. എന്നാൽ മൂന്നാമത്തെ അതിസുന്ദരിയായ മകൾ എറിഞ്ഞ പട്ടുതുവാല കാറ്റിൽ പറന്ന് പറന്ന് പുല്ലുമേഞ്ഞ് നിന്നിരുന്ന ഒരു മുട്ടനാടിന്റെ തലയിലാണ് ചെന്നു വീണത്.

ഇങ്ങനെ ഒന്ന് സുൽത്താൻ പ്രതീക്ഷിച്ചതേയില്ലായിരുന്നു. ഒരു തവണകൂടി തുവാലയെറിയാൻ മകളോടാജ്ഞാപിച്ചു. കാറ്റുണ്ടായിരുന്നതുകൊണ്ട് തുവാല പറന്ന് പറന്ന് അതേ മുട്ടനാടിന്റെ തലയിൽതന്നെ ചെന്നു പതിച്ചു.

സുൽത്താൻ അസ്വസ്ഥനായി. ഒരു മുട്ടനാടിന്റെ ഭാര്യയാകുന്നതിനേക്കാൾ തന്റെ മകൾ അവിവാഹിതയായി കഴിയുന്നതായിരിക്കും നല്ലതെന്ന് അയാൾ സ്വയം പറഞ്ഞു.

"ബാപ്പാ, എന്റെ വിധി അതാണെങ്കിൽ ഞാനത് അനുഭവിക്കാതിരിക്കാൻ നിവൃത്തിയില്ലല്ലോ." ഇളയവൾ കരഞ്ഞുകൊണ്ടപേക്ഷിച്ചു.

അനുജത്തിയുടെ സൗന്ദര്യത്തിൽ അസൂയാലുക്കളായിരുന്ന ചേച്ചിമാരും അവളെ പിന്താങ്ങി.

വിവാഹമേള അതിഗംഭീരമായി നടന്നു. മൂന്ന് മണിയറകൾ ഒരുക്കപ്പെട്ടു. മുട്ടനാടിനോടൊപ്പം മണിയറയിലേക്ക് നീങ്ങുന്ന മകളെ തടയാൻ സുൽത്താനും രാജ്ഞിയും അവസാനശ്രമം കൂടെ നടത്തി. പക്ഷേ അവൾ പിന്മാറിയില്ല.

"വിധി അതാണെങ്കിൽ ഞാൻ അനുഭവിച്ചേ പറ്റൂ" എന്നു പറഞ്ഞ് അവൾ അകത്തു കടന്ന് വാതിലടച്ചു. കിടക്ക വിരിച്ചു. പതി കൺകണ്ട ദൈവമാണെന്നവൾ മനസ്സിലുറപ്പിച്ചു കഴിഞ്ഞിരുന്നു.

അന്യോന്യം ആദ്യചുംബനം നല്കിയതും മുട്ടനാട് ഒരു യുവകോമളനായി മാറി. രാജകുമാരി അത്ഭുതത്താൽ ഒരു പ്രതിമകണക്കെയിരുന്നു, സ്വന്തം കണ്ണുകളെപ്പോലും വിശ്വസിക്കാനാകാതെ.

"എന്നെ ഇഷ്ടമാണെങ്കിൽ, എന്റെ സാമീപ്യം നീ എന്നും ആഗ്രഹിക്കുന്നെങ്കിൽ ഒരു ശപഥം ചെയ്യണം. ഈ രഹസ്യം ആരോടും

വെളിപ്പെടുത്തരുത്. പകൽ ഞാൻ മുട്ടനാടുതന്നെയായി നിന്നോടൊപ്പമുണ്ടാകും."

പരമാനന്ദലഹരിയിലായി രാജകുമാരി തന്റെ പതിയെ ആലിംഗനം ചെയ്തു. "ഇല്ല, ഞാനൊരിക്കലും ഈ രഹസ്യം വെളിപ്പെടുത്തില്ല."

മാസങ്ങൾക്ക് ശേഷമുണ്ടായ അശ്വാഭ്യാസ മത്സരത്തിൽ മൂന്നു രാജകുമാരന്മാരും അവരുടെ കഴിവു തെളിയിക്കണം. മൂത്ത രണ്ടു മരുമക്കളും വിജയകരമായി കഴിവു പ്രകടിപ്പിച്ചു. മൂന്നാമത്തെ ആളെ ക്ഷണിച്ചിരുന്നില്ല. പക്ഷേ അവസാന മത്സരത്തിൽ യുവകോമളനായി വന്ന ആൾ ഏവരേയും തോൽപിച്ച് കാണികളെ അത്ഭുതപ്പെടുത്തി. കുതിരപ്പുറത്ത് തന്നെ സമ്മാനം വാങ്ങാൻ രാജസന്നിധിയിലെത്തി.

ചടങ്ങിൽ ഏവരേയും അത്ഭുതപ്പെടുത്തിയത് ഇളയ രാജകുമാരിയായിരുന്നു. തന്റെ ഭർത്താവാണതെന്ന് അറിയാവുന്ന അവൾ അയാൾക്ക് പുഷ്പഹാരമർപ്പിച്ചു.

മുട്ടനാടിനെ വിവാഹം കഴിക്കുകയും തടിമിടുക്കുള്ള ചെറുപ്പക്കാരനെ വലവീശുകയുമാണ് തന്റെ മകൾ ചെയ്യുന്നതെന്നും തനിക്ക് ദുഷ്പേരുണ്ടാക്കാനാണവളുടെ ശ്രമമെന്നും കരുതി സുൽത്താൻ മകൾക്ക് നേരെ വാളോങ്ങി.

വെട്ടാനോങ്ങിയ പിതാവിനോടവൾക്ക് സത്യം പറയേണ്ടിവന്നു. അതോടെ ആ യുവകോമളൻ അപ്രത്യക്ഷനായി. അന്നു രാത്രി അവളുടെ മണിയറയിൽ അവൾ ഏകയായി; പിന്നീടുള്ള രാത്രികളിലും.

അറേബ്യൻ

മുത്തുകൾ

കഥാസാഹിത്യലോകത്തിന് അറബിഭാഷയുടെ വലിയ ഒരു സംഭാവനയാണ് കഥാപ്രേമികളുടെ വിസ്മയമായ 'ആയിരത്തൊന്നു രാവുകൾ' അഥവാ 'ആൽഫ് ലെയ്‌ലാ വ ലെയ്‌ലാ.' മനുഷ്യാവസ്ഥയുടെ നിഷ്കളങ്കതയിലേക്ക് വായനക്കാരനെ കൈപിടിച്ച് കൂട്ടിക്കൊണ്ടുപോകും ഇതിലെ ഓരോ കഥയും.

ഒരിക്കൽ ലെബനീസ് കവിയായ ഖലിൽ ജിബ്രാൻ പറഞ്ഞത്രെ: രാത്രിയുടെ വിശുദ്ധിയിൽ സത്യം അമ്മയെപ്പോലെ എന്റെ കിടക്കയ്ക്കരികിൽ വന്നു നിന്ന് ചോദിച്ചു: "നിനക്ക് ഏതു രാജധാനിയാണിഷ്ടം; നിന്നെ ഞാൻ അങ്ങോട്ട് കൊണ്ടുപോകാം." ഞാൻ പറഞ്ഞു: കഥയുടെ രാജധാനി... ആയിരത്തൊന്നുരാവുകൾ!"

ഒരുകാലത്ത് ഇന്ത്യയും ചൈനയുമൊക്കെ ഉൾപ്പെട്ട വിശാല ഭൂപ്രദേശം ഭരിച്ചിരുന്ന ഷഹ്റിയാർ രാജാവ് തന്റെ രാജ്ഞിയുടെ വിശ്വാസവഞ്ചനയിൽ കുപിതനായി അവരെ വധിക്കുകയും കോപം സഹിക്കാഞ്ഞ് ദിവസേന ഓരോ സ്ത്രീകളെ വിവാഹം കഴിച്ച് അടുത്ത പ്രഭാതത്തിൽ കൊന്നുകളയുകയും ചെയ്തിരുന്നത്രെ. ഷഹ്റാസാദ് എന്ന ബുദ്ധിമതിയായ മന്ത്രിപുത്രിയുമായുള്ള വിവാഹ ശേഷം, അവർ ഓരോ രാത്രിയിലും പറഞ്ഞ ജിജ്ഞാസ വളർത്തുന്ന കഥകൾ രാജാവിന്റെ കോപം ശമിപ്പിച്ച് അദ്ദേഹത്തെ ശാന്തനാക്കിയത്രെ. അങ്ങിനെ ആയിരത്തൊന്ന് രാത്രികളിലായി പറഞ്ഞ കഥകളുടെ സമാഹാരമാണ് 'ആയിരത്തൊന്ന് രാവുകൾ' അഥവാ 'ആൽഫ് ലെയ്‌ലാ വ ലെയ്‌ലാ.'

"ഇന്നാൾക്ക് ഇന്നാളെന്ന് എഴുതിവച്ചിട്ടുണ്ടോ ദൈവം?"

എന്റെ വിധി ഇതാ, ഇതാണെന്ന് പറഞ്ഞ് തലയിൽ കൈവയ്ക്കുന്നവരെ ധാരാളം കണ്ടിട്ടുണ്ട്. വിധിയിൽ വിശ്വസിച്ച് ജീവിക്കുന്നവരുണ്ട്. വിധിയെ തോല്പിച്ച് മുന്നേറുന്നവർ പക്ഷേ വളരെ ആത്മവിശ്വാസമുള്ളവരാണ്.

വിധികന്യകമാർ

പുരാണകാലം തൊട്ടേ 'വിധി' എന്താണെന്നത് ഉത്തരം കിട്ടാത്ത ഒരു കീറാമുട്ടിയായിരുന്നു. അതുകൊണ്ടായിരിക്കാം പല പുരാണങ്ങളിലും വിധിയെ കൈകാര്യം ചെയ്യുന്ന ദേവന്മാരും ദേവതമാരുമുള്ളത്. ഗ്രീക്ക് പുരാണത്തിൽ മൂന്ന് കന്യകമാർ വിധിദേവതമാരായറിയപ്പെടുന്നു. ഇവർ സഹോദരിമാരാണ്.

1. Clotho (ക്ലോതോ)
2. Lachesis (ലക്കസിസ്)
3. Atrepos (അട്രപോസ്)

ഒരു കുഞ്ഞിന്റെ ജന്മത്തിന്നാധാരമായി പഞ്ഞിയെടുത്ത് നൂലുണ്ടാക്കുന്ന ദേവതയാണ് ക്ലോതോ (Clotho). ആ ദേവതയുടെ പേരിൽ നിന്നായിരിക്കാം Cloth (തുണി) എന്ന വാക്കുണ്ടായത്. ആ നൂല് എത്ര നീളം വേണം. അതായത് അയാൾ എത്ര കാലം ജീവിക്കണമെന്ന കണക്ക് സൂക്ഷിക്കുന്ന ദേവതയാണ് ലക്കസിസ് (Lachesis). മൂന്നാമത്തെ ദേവത അട്രപോസ് (Atrepos) ഒരു കത്രികയുമായാണത്രെ അവരുടെ ഇരുപ്പ്. എന്തിനാണെന്ന് ഊഹിക്കാമല്ലോ. നൂലിന്റെ നീളം വേണ്ടയത്രയായാൽ മുറിക്കാൻ. എന്ത് രസകരമായ ഭാവനകളാണ് പുരാണകാലത്തുതന്നെ ഉണ്ടായിരുന്നതെന്ന് മനസ്സിലാക്കിയിരിക്കേണ്ടതുതന്നെയാണ്.

ശപഥം പാലിക്കാത്ത സ്ത്രീയാണ് ഈ കഥയിൽ കുടുങ്ങിപ്പോയത്. വാക്ക് പാലിക്കാനുള്ളതാണെന്ന് സ്ത്രീക്ക് നേരെ നോക്കി ഉദ്ഘോഷിക്കുന്നു ഈ കഥ. വാക്കുപാലിക്കാത്ത സ്ത്രീകളുടെ ഒരു വലിയ നിരതന്നെ മിത്തുകളിലുണ്ട്.

അമേരിക്കൻ കവി റോബർട്ട് ഫ്രോസ്റ്റിന്റെ വരികൾ:

പാലിക്കപ്പെടാനുള്ളതാണ് പ്രതിജ്ഞകൾ എന്ന് ഓർമ്മിപ്പിക്കുന്നു.

The woods are lovely dark and deep.
And I have promises to keep
And miles to go before I sleep.
And miles to go before I sleep.

■

നർസിസസിന്റെ കഥ
(The Story of Narcissus)

ഒരു പുരാതന ഗ്രീക്ക് കഥയാണിത്. തന്നെമാത്രം സ്നേഹിച്ച ഒരു യുവകോമളന്റെ സ്വാർത്ഥതയുടെ കഥ. ആരും ശ്രദ്ധിക്കുന്ന പുരുഷ സൗന്ദര്യമായിരുന്നു നർസിസസ്. മറ്റുള്ളവർ തന്നെ സുമുഖനായി കരുതുന്നുവെന്നും അയാൾ കരുതി. സ്വയം വിലയിരുത്താൻ അവനു കഴിഞ്ഞിരുന്നുമില്ല. അതുകൊണ്ട് സദാസമയവും തന്നെക്കുറിച്ചു മാത്രം ചിന്തിക്കുന്ന ഒരു ചെറുപ്പക്കാരനായാണ് അയാൾ വളർന്നത്.

തന്നിലേക്ക് തന്നെ ശ്രദ്ധ കേന്ദ്രീകരിക്കുന്ന വ്യക്തിത്വമായി വളർന്നപ്പോൾ, തനിക്കൊപ്പം നില്ക്കാൻ ആരുമില്ലെന്നും തന്നെ സ്നേഹിക്കാനുള്ള അർഹത ആർക്കുമില്ലെന്നുമൊക്കെ അയാൾ ചിന്തിച്ചുപോയി. അതുകൊണ്ട് ഒരു വനകന്യകയായ എക്കൊ എന്ന പെൺകുട്ടിയുടെ ആത്മാർത്ഥ പ്രണയം അവൻ നിരസിച്ചു.

ആരോടും കിലുകിലെ സംസാരിക്കുന്ന ഒരു കിലുക്കാംപെട്ടി യായിരുന്നു അവൾ. അമിതഭാഷണത്തിന് ഹീരാദേവി അവളെ ശിക്ഷിച്ചിരുന്നു - അവളുടെ സംസാരശേഷിയുടെ മുക്കാൽ ഭാഗവും അവർ എടുത്തുമാറ്റിയിരുന്നു. മറ്റൊരാളുടെ സംസാരത്തിന്റെ അവസാനഭാഗം ആവർത്തിക്കാൻ മാത്രമേ അവൾക്ക് കഴിഞ്ഞിരുന്നുള്ളൂ, വെറും ഒരു പ്രതിധ്വനി.

നർസിസസിനെ അവൾക്കിഷ്ടമായിരുന്നു. സദാസമയവും അവന്റെ പുറകെ നടക്കുമായിരുന്നു; ഒരു കടാക്ഷത്തിനായി. പക്ഷേ അഹംഭാവിയായ നർസിസസ് അവളെ പരിഗണിച്ചതേയില്ല. പകരം തടാകത്തിലെ ജലപ്പരപ്പിൽ കാണുന്ന തന്റെ പ്രതിബിംബം നോക്കിയിരുന്നു രസിച്ചു.

ഒരിക്കൽ താനിരിക്കുന്നതിന് പുറകിലെ കാട്ടിൽ നിന്നൊരു മർമ്മരം കേട്ടു.

"ആരാണവിടെ?" അയാൾ ചോദിച്ചു.

"...................... അവിടെ" തന്റെ ചോദ്യത്തിലെ അവസാനവാക്കു തന്നെയായിരുന്നു സ്ത്രീശബ്ദത്തിൽ മറുപടി.

"............. വരൂ ഇവിടെ." നർസിസസ്.

".............. ഇവിടെ." അവസാന വാക്ക് തന്നെയായിരുന്നു മറുപടിയും.

"............. കടന്നു പോ." നർസിസസിന് ദേഷ്യം.

"........... പോ." എന്ന് എക്കോയുടെ മറുപടിയും വെറും ഒരു പ്രതിധ്വനി (echo).

പാവം പെൺകുട്ടി. ഒരാൾ പറഞ്ഞതിന്റെ അവസാന വാക്ക് പറയാനേ അവൾക്ക് കഴിയുമായിരുന്നുള്ളൂ. അതായിരുന്നല്ലോ ഹീരാദേവിയുടെ ശാപവും. ഉപേക്ഷിക്കപ്പെട്ട പ്രണയത്തിന്റെ ശിക്ഷ അവന് കിട്ടണേയെന്നായിരുന്നു എക്കോയുടെ പ്രാർത്ഥന. ആ പ്രാർത്ഥന ഫലിച്ചു. ജലപ്പരപ്പിൽ കാണുന്ന തന്നെത്തന്നെ പ്രണയിച്ച് നിലകിട്ടാക്കയത്തിൽ മുങ്ങി മരിച്ചു നർസിസസ്, ആ പെൺകുട്ടിയുടെ ശാപം ഏറ്റുവാങ്ങി. അവന്റെ ശവശരീരം കരയ്ക്കണഞ്ഞ മണ്ണിൽ മുളച്ചുപൊങ്ങിയതാണത്രെ ഡാഫഡിൽസ് പുഷ്പങ്ങൾ.

ഗ്രീക്ക്

മുത്തുകൾ

രക്ഷിതാക്കളുടെ 'പെറ്റ്' ആയി എല്ലാകാര്യത്തിലും അവരെ ആശ്രയിച്ച് വളരുന്ന കുട്ടികൾ ധാരാളമുണ്ട്. സമൂഹത്തിലിറങ്ങിയാൽ അവർ മോശക്കാരായി തീരുമോ എന്നാണ് രക്ഷിതാക്കൾക്ക് ഭയം. അത്തരം മക്കൾക്ക് ഉദാഹരണമാണ് സുമുഖനും സ്വാർത്ഥിയുമായ നർസിസസ്. കൗമാരമായിട്ടും സ്വയം മനസ്സിലാക്കാൻ പഠിക്കാതിരുന്നാൽ കുറ്റം രക്ഷിതാക്കൾക്കാണെന്നോർക്കണം. കുട്ടികൾക്ക് കഴിവുകളും ബലഹീനതകളുമുണ്ടാകും, എന്ന് രക്ഷിതാക്കൾ അവരെ പഠിപ്പിച്ചിരിക്കണം. എല്ലാവരും പാട്ടുകാരാവില്ല. മാത്സിൽ എല്ലാവർക്കും ഒരുപോലെ പ്രാവീണ്യമുണ്ടാകില്ല. എല്ലാവരും സുന്ദരന്മാരും ആകണമെന്നില്ല. ഈ ബോധ്യങ്ങൾ കുട്ടികൾക്കുണ്ടാക്കിക്കൊടുക്കാൻ ശ്രദ്ധിക്കുകതന്നെ വേണം. അവർ ചെറുപ്പത്തിലേ പഠിക്കണം. അല്ലെങ്കിൽ നർസിസസിനെപ്പോലെ തന്നിലേക്കു തന്നെ ഒതുങ്ങി, അഹന്തയുടെ പര്യായമായി, സ്വാർത്ഥതയുടെ പ്രതിരൂപമായി വളരേണ്ടിവരും. മറ്റുള്ളവരുടെ വികാരങ്ങൾക്ക് വില കല്പിക്കാത്തവരാകും അവർ. അതുകൊണ്ടുതന്നെ മറ്റുള്ളവർ

അത്തരക്കാരെയും വിലകല്പിക്കാതെ പോകുന്നു. സാമൂഹ്യമായി ആശയവിനിമയം നടത്താൻ കഴിയാത്തവരുമായിത്തീരുന്നു.

ഈ മിത്തിൽ നിന്ന് നാം പഠിക്കേണ്ട മറ്റൊരു പാഠം സ്നേഹം അഥവാ പ്രണയം, കൊടുക്കലാണ്, വാങ്ങലല്ല. പരിശുദ്ധ പ്രണയത്തിന് പരാതികളും ഉപാധികളുമില്ല. പകപോക്കലുമില്ല. സ്വന്തം വീട്ടിൽ സ്നേഹിക്കപ്പെടുകയും അംഗീകരിക്കപ്പെടുകയും ചെയ്യുന്ന ഒരു കുട്ടിക്ക് തന്റെ കഴിവുകളെക്കുറിച്ചും കുറവുകളെക്കുറിച്ചും ധാരണയുണ്ടായിക്കൊള്ളും. സമാധാനാന്തരീക്ഷത്തിൽ വളരുന്ന

ഒരു കുഞ്ഞ് മറ്റുള്ളവർക്കും സമാധാനം നൽകും, ആശയവിനിമയമുണ്ടാകും. വ്യക്തിബന്ധങ്ങളിലെ അസ്വാരസ്യങ്ങൾ ലഘൂകരിക്കാൻ അവനു കഴിയും.

വിവാഹബന്ധങ്ങൾ തകരുന്നതും അന്യോന്യം വകവരുത്താൻ ശ്രമിക്കുന്നതുമൊക്കെ വിരൽചൂണ്ടുന്നത് അവരവരുടെ അസംതൃപ്തമായിരുന്ന കുട്ടിക്കാലത്തിലേക്കാണ്.

നമ്മളിലൊക്കെ നർസിസസ് ഇന്നും ജീവിക്കുന്നുണ്ട്. നർസിസിസ്റ്റിക് വ്യക്തിത്വങ്ങൾ (Narcisistic personalities) എന്ന് മനശ്ശാസ്ത്രജ്ഞന്മാർ അവരെ വിളിക്കുന്നു. ബലപ്രയോഗംകൊണ്ട് മറ്റൊരാളുടെ സ്നേഹം പിടിച്ചെടുക്കാൻ കഴിയില്ലല്ലോ. വിവാഹമോചന കോടതികളിൽ ഇന്ന് കേൾക്കാൻ കഴിയുന്നത് നർസിസസിന്റെയും എക്കോയുടെയും കഥകൾതന്നെയാണ്. Old wine in new bottle.

നർസിസിസം ഒരു മാനസികരോഗമാണ്. ഈ ലക്ഷണങ്ങൾ നിങ്ങളിലുണ്ടെങ്കിൽ നിങ്ങൾ ഒരു രോഗിയാണ്.

1. അമിതമായ തൻപ്രമാണിത്തം.
2. നേട്ടങ്ങൾക്കായുള്ള അമിത ദാഹം.
3. അംഗീകാരങ്ങൾക്കായുള്ള നെട്ടോട്ടം.
4. മറ്റുള്ളവരെക്കാൾ മികച്ചവനാണെന്ന തോന്നൽ.
5. സംഭാഷണങ്ങളിൽ ‘ഹീറോ’ ആകാൻ ശ്രമം.
6. മറ്റുള്ളവരെ താഴ്ത്തിക്കെട്ടൽ
7. ഏറ്റവും നല്ലത് സ്വന്തമാക്കാനുള്ള വ്യഗ്രത. (ഉദാ: കാറ്, വീട്, ഭാര്യ...)
8. വികാരങ്ങളെ നിയന്ത്രിക്കാനുള്ള കഴിവില്ലായ്മ.
9. പെട്ടെന്ന് വ്രണപ്പെടൽ.
10. കണ്ണാടിക്ക് മുന്നിൽ കൂടുതൽ സമയം ചെലവഴിക്കൽ

ചില ലോകനേതാക്കൾ

ചരിത്രം നമുക്ക് മുന്നിൽ അവതരിപ്പിച്ച ചില ലോകനേതാക്കളുണ്ട്. നാർസിസിസ്റ്റിക്ക് വ്യക്തിത്വങ്ങൾ. ഒന്നാം സ്ഥാനം ഏകാധിപതിയും ജൂതന്മാരെ കൊന്നൊടുക്കിയവനുമായ ഹിറ്റ്ലർക്ക് തന്നെ. ഇത്തരക്കാർക്ക് സുരക്ഷിതത്വബോധം കുറവായതുകൊണ്ട് കൂടുതൽ അംഗരക്ഷകർക്കും സ്തുതി പാടകർക്കുമിടയിലായിരിക്കും. അമിതമായ തലക്കനവും തന്നിഷ്ടപ്രിയവും മേൽക്കോയ്മഭാവവും ഇത്തരക്കാരെ ഭരിച്ചുകൊണ്ടിരിക്കും.

റഷ്യയുടെ ജോസഫ് സ്റ്റാലിൻ ആണ് മറ്റൊരു അവതാരം. മുൻ അമേരിക്കൻ പ്രസിഡന്റ് ഡോനാൾഡ് ട്രമ്പും ഇത്തരക്കാരനായിരുന്നെന്ന് ചിലർ പറയുന്നുണ്ട്.

ഇന്ത്യയിലും ഇത്തരം നേതാക്കന്മാരുണ്ട്. ദീർഘകാലം അധികാരക്കസേരയിലിരുന്നാൽ ഹിറ്റ്ലറോ സ്റ്റാലിനോ ഒക്കെ ആയി മാറാൻ കഴിവും പ്രാപ്തിയുമുള്ള ജനനേതാക്കൾ നമുക്കുമുണ്ട്. പക്ഷേ ജനാധിപത്യപ്രക്രിയ നമ്മെയൊക്കെ രക്ഷിച്ചുപോരുന്നു.

പഴമൊഴികൾ:

Narcissists cry like babies; they're great actors.

Tracy Malone

Repair your Narcissism before you start loving your neighbour as yourself.

Charles F.G.

Half the harm that is done in the world is due to people who are Narcissistic

T.S.Eliot

■

പ്രത്യുപകാരം

മഴ പെയ്തുകൊണ്ടിരുന്നു. വെള്ളത്തിന്റെ ലെവൽ ഉയർന്നു കൊണ്ടിരുന്നു. പ്രളയദുരിതം അനുഭവിക്കുന്നവരുടെ മുറവിളികൾ കാതിൽ അലച്ചുകൊണ്ടേയിരുന്നു. പുരപ്പുറത്തും മരക്കൊമ്പുകളിലു മൊക്കെയായി ആളുകൾ ഇനിയും കാണും.

ഇരിക്കപ്പൊറുതിയില്ലാതെ തന്റെ വഞ്ചി തുഴഞ്ഞിറങ്ങി അയാൾ. ആർക്കെങ്കിലുമൊക്കെ ഇനിയും സഹായങ്ങൾവേണ്ടിവരും.

മുങ്ങിയും പൊങ്ങിയും കൈകാലിട്ടടിച്ചും ഒരു കുട്ടി ഒഴുകി വരുന്നത് കണ്ടു. വഞ്ചിയടുപ്പിച്ച് അവന്റെ കൈയിൽ പിടിച്ച് കയറ്റി. പ്രഥമ ശുശ്രൂഷകൾ നല്കി. ജീവൻ തിരിച്ച് കിട്ടി. കുറച്ചുകൂടെ തുഴഞ്ഞപ്പോൾ തല മാത്രം ജലവിതാനത്തിലായി ഒരു മാൻ ഒഴുകി വരുന്നു. ഒരു കൈത്താങ്ങിനായി അത് വഞ്ചിക്കരികിലേക്കുതന്നെ നീന്തിവരുന്നു. അതിനേയും രക്ഷപ്പെടുത്തി, കുത്തൊഴുക്കിൽനിന്ന്. പിന്നെ ശ്രദ്ധയിൽപ്പെട്ടത് മുറിവേറ്റ ഒരു സർപ്പത്തെയായിരുന്നു. രക്ഷപ്പെടുത്തണേ എന്ന അപേക്ഷ അതിന്റെ നിസ്സഹായതയിലുണ്ടാ യിരുന്നു. ഒരു നിമിഷം ശങ്കിച്ചുനിന്ന് അതിനേയും തുഴയുടെ സഹായത്തോടെ വഞ്ചിയിലേക്കെടുത്തിട്ടു.

കരയിലേക്കെത്തിയപ്പോൾ പാമ്പിനെ ശ്രദ്ധാപൂർവ്വം അടുത്ത കുറ്റിക്കാട്ടിലേക്ക് എടുത്തിട്ടു. കുന്നിൻചെരുവിലേക്ക് മാനിനേയും കയറ്റിവിട്ടു. പക്ഷേ മനുഷ്യക്കുഞ്ഞിനെ എന്തുചെയ്യും? വെള്ള പ്പൊക്കത്തിൽ ആരുമില്ലാതായ ആ കുട്ടിയെ സ്വന്തം മകനെപ്പോലെ അയാൾ സംരക്ഷിച്ചു.

കാലം കുറച്ചു പിന്നിട്ടപ്പോൾ ഒരു മാൻ തന്റെ മുറ്റത്ത് വന്നു നില്ക്കുന്നത് അയാളെ അത്ഭുതപ്പെടുത്തി. വളരെ സൗഹൃദഭാവേന അത് അയാളെ നോക്കി. ചില ശബ്ദങ്ങളുണ്ടാക്കിക്കൊണ്ട് അത് അയാളുടെ ഉടുപ്പിനറ്റത്ത് കടിച്ചുവലിക്കുന്നതായി തോന്നി, കൂടെ

ചെല്ലണം എന്നർത്ഥത്തിൽ. അയാൾ അനുസരിച്ച് കൂടെ പോയി. കുന്നിൻതാഴ്വരയിലൂടെ നടന്ന് ഒരു ഗുഹാമുഖത്തെത്തി. അയാൾ സംശയിച്ചു നിന്നു. പിന്നെ നിർബന്ധത്തിന് വഴങ്ങി ഇരുട്ട് നിറഞ്ഞ ഗുഹയിലേക്ക് കടന്നു. ഒരു പഴയ പെട്ടിക്കരികിൽ അത് നിന്നു. അതിന്റെ മൂക്കുകൊണ്ട് തന്നെ ആ പെട്ടി തുറന്നുകൊടുത്തു. ഗുഹാമുഖത്തുനിന്ന് വരുന്ന പ്രകാശത്തിൽ എന്തൊക്കെയോ മിന്നിത്തിളങ്ങുന്നതയാൾ കണ്ടു. വിലപിടിപ്പുള്ള ലോഹങ്ങളും രത്നങ്ങളുമൊക്കെയാണവ എന്നയാൾക്കു മനസ്സിലായി. അയാളുടെ മുഖത്തെ ആനന്ദം കണ്ട് മാനും ചില ശബ്ദങ്ങളുണ്ടാക്കി അയാളെ പ്രോത്സാഹിപ്പിച്ചുകൊണ്ടിരുന്നു. അയാൾ ആ മൃഗത്തിന്റെ നന്ദിപ്രകടനം കണ്ട്, അതിനെ കെട്ടിപ്പിടിച്ചാശ്ലേഷിച്ച് പ്രതികരിച്ചു.

അയാൾ നാട്ടിലെ ധനികനായി. വളർത്തു മകൻ സുഖത്തിൽ വളർന്നു, ഒരു താന്തോന്നിയുമായി. ചീത്ത കൂട്ടുകെട്ടുകളുണ്ടായി. വളർത്തു പിതാവിന്റെ വാക്കുകൾ അവനു പുല്ലുവിലയായി. കട്ടുണ്ടാക്കിയ പണമാണ് തന്റെ പിതാവിന്റേത് എന്നവൻ പാടിനടന്നു. അത് നാട്ടിലെ അധികാരിയുടെ ചെവിയിലുമെത്തി; സംഗതി പുകിലായി.

എത്ര ആണയിട്ട് പറഞ്ഞിട്ടും അധികാരി അയാളെ കേട്ടില്ല.

"സ്വന്തം മകൻപോലും നിങ്ങൾക്കെതിരെ പറയുമ്പോൾ അതിൽ സത്യമുണ്ടാകണം."

അയാൾ ജയിലിലടയ്ക്കപ്പെട്ടു. കണ്ണീരും കയ്യുമായി തടവറയിൽ ഏകനായിരുന്ന ഒരു ദിവസം ഒരു പാമ്പ് അകത്ത് കയറി വന്ന് അയാളുടെ കാലിൽ കടിച്ചു. താനന്ന് രക്ഷിച്ച പാമ്പാണ് അതെന്ന് അയാൾക്ക് മനസ്സിലായി. രക്ഷിച്ചതിനുള്ള കൂലിയായിരിക്കും. അയാൾ ഓർത്തോർത്ത് കരഞ്ഞു. കുറച്ചു സമയത്തിനുശേഷം അതേ സർപ്പം വായിൽ ഒരു പച്ചിലയും കടിച്ച് പിടിച്ച് വന്ന് അയാളുടെ മുറിവിൽ വെച്ച് തിരിച്ചുപോയി. കാലിലെ നീരും വേദനയും മാറിവരുന്നതായി അയാൾ ശ്രദ്ധിച്ചു. എന്താണിതിൽനിന്നും താൻ പഠിക്കേണ്ടതെന്നാലോചിച്ചിരുന്നപ്പോൾ വരാന്തയിൽനിന്ന് തടവറ സൂക്ഷിപ്പുകാരുടെ പരിഭ്രമത്തിലുള്ള സംസാരം കേട്ടു.

"അധികാരിയുടെ ഭാര്യയെ സർപ്പം കടിച്ചിരിക്കുന്നു. വിഷമിറക്കാൻ വൈദ്യന്മാരെ ഒന്നും കണ്ടെത്തിയിട്ടില്ലത്രെ."

അയാൾക്ക് കാര്യം മനസ്സിലായി. വാതില്ക്കൽ ഉറക്കെ തട്ടി ശബ്ദമുണ്ടാക്കി വിളിച്ചു പറഞ്ഞു: "അധികാരിയുടെ ഭാര്യയെ ഞാൻ രക്ഷപ്പെടുത്താം. വിഷമിറക്കാനുള്ള മരുന്ന് എന്റെ പക്കലുണ്ട്."

ഉടനെ അവർ അയാളെ രോഗിക്കരികിലെത്തിച്ചു. തന്റെ കാലിൽ വെച്ചിരുന്ന പച്ചില കടിവായിൽ വെച്ചതും പാതിമരിച്ച ആ സ്ത്രീ കണ്ണുതുറന്നു. ആശ്വാസത്തോടെ ചുറ്റും നോക്കി. അധികാരിക്കും ആശ്വാസമായി. ഈ അറിവ് എവിടുന്നു കിട്ടി എന്ന ചോദ്യത്തിന് അയാൾ തന്റെ കഥ മുഴുവൻ പറഞ്ഞു.

"ഇത്രയും നിന്ദ്യനായ ഒരു വിഷജീവിപോലും നിങ്ങളോട് നന്ദി കാട്ടി. നിങ്ങൾ കഷ്ടപ്പെട്ട് വളർത്തിക്കൊണ്ടുവന്ന മകൻ എന്തേ ഇങ്ങനെയായത്?"

ആ വളർത്തുപുത്രനെ തടവിലിടാൻ കല്പനയായി. തന്റെ ഭാര്യയെ രക്ഷിച്ചതിന് സമ്മാനങ്ങൾ നല്കി അയാളെ സ്വതന്ത്രനാക്കി. താൻ ലാളിച്ചുവളർത്തികൊണ്ടുവന്ന മകനെ തടവിലിടരുതേ എന്നയാൾ യാചിച്ചു. അധികാരി അതു സമ്മതിച്ച് അയാളെ പറഞ്ഞയച്ചു.

കൊറിയൻ

മുത്തുകൾ

അനുഭവം ഗുരു എന്ന് പഴയ ആളുകൾ പറയുന്നത് കേട്ടിട്ടില്ലേ? സാധാരണ കുടുംബങ്ങളിലും സമൂഹത്തിലുമൊക്കെ ധാരാളമായി കാണാറുള്ള ഒരു അനുഭവകഥയാണിത്. മക്കളുടെ നന്ദിയില്ലായ്മ.

നന്ദി പ്രകടിപ്പിക്കുന്നതിൽ മനുഷ്യൻ മൃഗങ്ങളേക്കാൾ പിന്നിലാണ്. എന്തെങ്കിലും ഭക്ഷണം കൊടുക്കുമ്പോൾ ഒരു നായയുടെ ഭാവം ഒന്നു ശ്രദ്ധിക്കുക: കണ്ണുകൾ തിളങ്ങുന്നു, വാലാട്ടുന്നു, ശരീരം മുഴുവൻ നന്ദിസൂചകമായി ചലിപ്പിക്കുന്നു, മുഖത്ത് ഒരു മൃഗീയഹാസം നിറയുന്നു. അതിന് ഭാഷയില്ലെങ്കിലും അതിന്റേതായ രീതിയിൽ നന്ദിപ്രകടനം നടത്തുന്നു. ഈ കഥയിലെ രണ്ടു മൃഗങ്ങളും അവരവരുടെ രീതിയിൽ രക്ഷകനോട് നന്ദി പ്രകടിപ്പിച്ചു. പക്ഷേ വളർത്തി സംരക്ഷിച്ച മനുഷ്യക്കുഞ്ഞ് നന്ദി പ്രകടിപ്പിച്ചില്ലെന്നു മാത്രമല്ല, കൊടുത്ത കൈയിൽ കടിക്കുകതന്നെ ചെയ്യുന്നു. യൂദാസിനെപ്പോലെ; സ്നേഹനിധിയായ വളർത്തുപിതാവിനെ ഒറ്റിക്കൊടുന്നു.

Thanks giving provokes the blessing of God upon your life എന്നൊരു ചൊല്ലുണ്ട്. കുട്ടികളെ കൊച്ചിലേ നന്ദിചൊല്ലാൻ പഠിപ്പിക്കണം.

നന്ദി ചൊല്ലലിന്റെ ഗുണങ്ങൾ:

1. മനസ്സിൽ സമാധാനം നിറയ്ക്കുന്നു.
2. നമ്മെ നന്മയുടെ ഭാഗത്ത് നിർത്തുന്നു.
3. സംതൃപ്തി പ്രദാനം ചെയ്യുന്നു.
4. പരസ്പരവിശ്വാസം ഊട്ടിയുറപ്പിക്കാൻ സഹായിക്കുന്നു.
5. മനസ്സിൽ സന്തോഷം നിറയ്ക്കുന്നു.
6. വർത്തമാനത്തിൽ ജീവിക്കാൻ സഹായിക്കുന്നു.
7. മാനസികോർജ്ജം വർദ്ധിപ്പിക്കുന്നു.
8. Self esteem വർദ്ധിക്കുന്നു.
9. നല്ല ബന്ധങ്ങൾ വളർത്തുന്നു.
10. Depression കുറയ്ക്കുന്നു.
11. പ്രതിരോധശേഷി (Immunity) വർദ്ധിപ്പിക്കുന്നു.
12. B.P. കുറയ്ക്കുന്നു. ഉത്കണ്ഠ കുറക്കുന്നു.
13. ആഴത്തിലുള്ള ഉറക്കം ലഭിക്കുന്നു.

■

സഹോദരങ്ങളുടെ മത്സരം
(Sibling Rivalry)

സ്യൂസ് ദേവനും ഹീരാദേവിക്കും വിവാഹശേഷം ജനിച്ച മകനാണ് അരസ്. അവരുടെ പ്രതീക്ഷയ്ക്കൊത്തവിധം സുന്ദരനും കോമളനുമൊക്കെയായാണ് അരസ് വളർന്നത്. വിവാഹപൂർവ്വ ബന്ധത്തിലെ മകനായ ഹെഫിസ്റ്റസിനെപ്പോലെ ശാരീരിക വൈകല്യങ്ങളൊന്നും തന്നെ അയാൾക്കുണ്ടായിരുന്നില്ല. ഒരു പുരുഷകേസരിയായാണ് അയാൾ അറിയപ്പെട്ടത്. പിതാവിന്റെ ശക്തിപ്രഭാവവും അതേ കണ്ണുകളും മാതാവിന്റെ സൗന്ദര്യപൂർണതയും സമ്മേളിച്ചിരുന്നു ആ യുവാവിൽ.

ജന്മദിന സമ്മാനമായി അവനെന്ത് നൽകണം എന്ന് ആലോചിക്കയായിരുന്നു ഇരുവരും. ചർച്ചയ്ക്കൊടുവിൽ സന്ദേശവാഹകനായ ഹെർമിസ് ദേവനെ ഭൂമിയിലേക്ക് വിട്ടു, യോജിച്ച ഒരു സമ്മാനം കണ്ടുപിടിക്കാൻ. അരസിനോടുള്ള അമിതവാത്സല്യം ഹെർമിസിലും അല്പം അസൂയയുണ്ടാക്കിയിരുന്നു.

കടലിൽ പതഞ്ഞുപൊങ്ങി, മുത്തുചിപ്പിയിൽ തുഴഞ്ഞുവന്ന ഒരു അപ്സരസ് ആഫ്രഡൈറ്റി എന്ന സുന്ദരിയിലാണ് ഹെർമിസ് ദേവന്റെ കണ്ണെത്തി നിന്നത്. ആ അപ്സരസിനെയും കൂട്ടി ദേവൻ ദേവലോകത്ത് തിരിച്ചെത്തി. 'കാമിനി മൂലം കലഹം' ഉണ്ടാകുമെന്ന് ഹെർമിസ് ദേവന് മുൻകൂട്ടി അറിയാമായിരുന്നു. അരസിനോടുള്ള അമിത വാത്സല്യത്തിന് ഒരറുതി വരട്ടെയെന്നും ഹെർമിസ് ദേവൻ കരുതിയിരിക്കണം.

ജന്മദിനാഘോഷം പൊടിപൊടിച്ചു. അതിഥികളിൽ കടൽ ദേവതയായ തേറ്റിസ് ദേവിയുമുണ്ടായിരുന്നു. തേറ്റിസിന്റെ പട്ടുവസ്ത്രത്തിലെ നീലയും ചുവപ്പും രത്നങ്ങൾ പതിച്ച സൂചിപ്പതക്കവും മറ്റലങ്കാരപ്പണികളും കണ്ടപ്പോൾ, സ്ത്രീസഹജമായ ജിജ്ഞാസയിൽ ആരാണ് ആ അലങ്കാരങ്ങളുടെ സ്രഷ്ടാവ് എന്ന്

തെരക്കി. തേറ്റിസ് കൂടെയുണ്ടായിരുന്ന ഒരു യുവാവിനെ പരിചയപ്പെടുത്തി. ശരീര വൈകല്യംമൂലം കടലിൽ വലിച്ചെറിയപ്പെട്ട തന്റെ ആദ്യമകൻ ഹെഫീസ്റ്റസ്സാണതെന്നറിയാൻ ഹീരയ്ക്ക് അധികം ആലോചിക്കേണ്ടിയൊന്നും വന്നില്ല. അവനെ ആരാധനയോടെ, വിടർന്ന കണ്ണുകളോടെ അവർ സ്വീകരിച്ചിരുത്തി. തന്റെ കൂടെ മൂത്ത മകനും ദേവലോകത്തുണ്ടാകണമെന്ന ആഗ്രഹം ഭർത്താവിനെ അറിയിച്ചു. മകനോട് ചെയ്ത ക്രൂരതയ്ക്ക് പരിഹാരമായി അവനെന്ത് സമ്മാനം വേണമെങ്കിലും ആവശ്യപ്പെടാൻ അവസരം നൽകി.

വിരൂപനെങ്കിലും സർഗ്ഗവാസനയുള്ളവനും വാസ്തുവിദ്യാതല്പരനും സൗന്ദര്യവർദ്ധക വസ്തുക്കൾ നിർമ്മിക്കാൻ കഴിവുള്ളവനുമാണ് തന്റെ മകൻ എന്ന തിരിച്ചറിവുണ്ടായപ്പോൾ അമ്മയ്ക്ക് മകനോട് പതിന്മടങ്ങ് സ്നേഹവും വാത്സല്യവുമുണ്ടായി. മകന്റെ ഏതിഷ്ടവും സാധിച്ചുകൊടുക്കാൻ തയ്യാറാവുകയും ചെയ്തു.

“എനിക്ക് ആ പെൺകുട്ടിയെ സമ്മാനമായി തന്നാൽ മതി.”

പെട്ടെന്നായിരുന്നു അയാളുടെ മറുപടി. ഹെർമിസ് ദേവന്റെ ചുണ്ടിൽ ഒരു ചിരി വിടർന്നു. ‘കാമിനി മൂലം കലഹം’ അയാൾ ഉദ്ദേശിച്ചിടത്തുതന്നെ കാര്യങ്ങൾ എത്തി. അരസിനായി കൊണ്ടുവന്ന ജന്മദിന സമ്മാനത്തിനിപ്പോൾ ഒരവകാശികൂടിയായി. മാതാവും പിതാവും തമ്മിൽ തർക്കമായി. അവസാനം മാതാവുതന്നെ വിജയശ്രീലാളിതയായി. അരസിനു കൊണ്ടുവന്ന ജന്മദിനസമ്മാനം ഹെഫീസ്റ്റസിന്റേതായി മാറി.

ഗ്രീക്ക്

മുത്തുകൾ

ഒരമ്മയുടെ ചിന്തിക്കാതെയുള്ള എടുത്തുചാട്ടങ്ങൾ കുട്ടികളുടെ മനസ്സിലുണ്ടാക്കുന്ന തീമഴ എത്രകണ്ട് കഠിനമായിരിക്കാം എന്ന് ഈ മിത്ത് വളരെ വ്യക്തമായി നമുക്കു കാണിച്ചുതരുന്നു. മകനോടുള്ള സ്നേഹത്തേക്കാളുപരി അയാളിൽനിന്ന് തനിക്ക് നേടിയെടുക്കാവുന്ന നേട്ടങ്ങളിലാണ് അമ്മയുടെ കണ്ണ്. കടലിലെറിഞ്ഞ മകന് വേണ്ടി പിന്നീട് വാദിക്കാനും അവനെ അതിഥികൾക്കിടയിൽ പ്രാധാന്യം നല്കി പരിചരിക്കാനും അമ്മ കാണിക്കുന്ന വ്യഗ്രതയുടെ പിന്നാമ്പുറം, മകനോടുള്ള സ്നേഹം തന്നെയാണോ? ഉപേക്ഷിക്കപ്പെട്ടവൻ പെട്ടെന്ന് സ്വീകാര്യനാകുന്നു. സ്വാർത്ഥത എന്നല്ലാതെ ഇതിനെ എന്തു പേരിടും?

കോമളനായ മകനുവേണ്ടി കൊണ്ടുവന്ന സമ്മാനം, വിരൂപനായ മകന് മാറ്റിവക്കുന്നതിലൂടെ മക്കൾ രണ്ടുപേരും ശത്രുക്കളായി മാറുമെന്ന സാമാന്യബുദ്ധി ഇല്ലാതെപോയി ആ അമ്മയ്ക്ക്. സഹോദരങ്ങൾക്കിടയിലെ സ്പർദ്ധയും മാത്സര്യവും വളർത്തിയെടുക്കുന്നതിൽ മാതാപിതാക്കൾതന്നെയാണ് പ്രധാന പങ്കു വഹിക്കുന്നത്.

ഓരോ വ്യക്തിയും ഗുണങ്ങളും ദോഷങ്ങളും ഉള്ള വ്യത്യസ്തരാണ്. ഒരാളെപ്പോലെ മറ്റൊരാളില്ല. ഇരട്ടകളാണെങ്കിൽപോലും. സൗന്ദര്യം, ബുദ്ധി, ധൈര്യം, കലാപരമായ കഴിവുകൾ തുടങ്ങി എല്ലാ കാര്യങ്ങളിലും വ്യത്യസ്തരാണ്. ഓരോ കുഞ്ഞിനേയും അവനായി കാണുന്നിടത്താണ് മാതാപിതാക്കളുടെ ജയം. ഒരിക്കലും

താരതമ്യത്തിന് ശ്രമിക്കാതിരിക്കുന്നതായിരിക്കും ബുദ്ധി. ശാരീരിക വെല്ലുവിളികളുള്ളതുകൊണ്ട് കടലിൽ വലിച്ചെറിഞ്ഞ മകനെ പിന്നീട് സ്വീകരിച്ച് പരിചരിക്കുന്ന അമ്മ കപടമനസ്സിന്റെ ഉടമതന്നെ. തെറ്റിൽ നിന്നും കൂടുതൽ തെറ്റിലേക്ക് വഴുതിവീഴുന്ന അമ്മമാർ സൂക്ഷിക്കുക. മക്കളിൽനിന്നും ഒന്നും തിരിച്ചുകിട്ടാനാഗ്രഹമില്ലാതെ അവരെ സ്നേഹിക്കുന്നവളാണ് അമ്മ.

പല കുടുംബങ്ങളിലും കാണുന്ന അസ്വാരസ്യങ്ങളുടെ ഉറവിടം രക്ഷിതാക്കൾ തന്നെയെന്ന് പറയേണ്ടിവരുന്നത്. കഷ്ടം തന്നെ. വൈരൂപ്യമുള്ള മകനെക്കൊണ്ട് തനിക്ക് ഗുണമുണ്ടെന്ന് കണ്ടപ്പോൾ മാത്രമാണ് ഹീരാദേവി അവനെ സ്വീകരിക്കുന്നത്. മാത്രമല്ല, സഹോദരർ തമ്മിലുള്ള സ്നേഹം ഊട്ടി വളർത്തുന്നതിലും രക്ഷിതാക്കൾക്ക് വലിയ പങ്കുണ്ടെന്നും ഈ മിത്ത് നമുക്ക് പറഞ്ഞു തരുന്നു.

ഓർക്കാൻ ചില പഴമൊഴികൾ:

ദൈവത്തിന് എല്ലായിടത്തും ഓടിയെത്താൻ കഴിയില്ല. അതുകൊണ്ടദ്ദേഹം അമ്മമാരെ സൃഷ്ടിച്ചു.

(God could not be everywhere and therefore he made mothers.)

Kippling

■

ഇസഹാക്കിന്റെ മക്കൾ
(The Sons of Isahak)

ഇസഹാക്കിന്റെ മക്കളാണ് ഏസോവും യാക്കോവും. മൂത്തവൻ ഏസോവ്, വേട്ടയ്ക്ക് പോയി മാംസം കൊണ്ടുവരുന്നത് അപ്പനിഷ്ടമാണ്. അവനോടും ഇഷ്ടമാണ്. എന്നാൽ ശാന്തപ്രകൃതനായ യാക്കോവിനെയാണ് അമ്മയ്ക്കിഷ്ടം.

പ്രായമായി; കാഴ്ച മങ്ങിത്തുടങ്ങിയിരിക്കുന്നു. ഇസഹാക്ക് ഒരു ദിവസം മൂത്തമകൻ ഏസോവിനോട് പറഞ്ഞു:

“നീ അമ്പെയ്തുകിട്ടുന്ന മാനിന്റെ മാംസം നീതന്നെ കറിവച്ച് എനിക്ക് തരുമോ? എനിക്ക് വയസ്സായിരിക്കുന്നു. ഇനി അധികം കാലം അപ്പനുണ്ടാവില്ല. നീ തയ്യാറാക്കിത്തരുന്ന ഭക്ഷണം കഴിച്ച ശേഷം നിന്റെ തലയിൽ കൈ വച്ച് ഞാൻ അനുഗ്രഹം തരുന്നുണ്ട്.”

ഇത് ഒളിഞ്ഞു നിന്നു കേട്ട അമ്മ റെബേക്ക രണ്ടാമത്തെ മകനോട് ഒരു കുഞ്ഞാടിനെ കൊണ്ടുവരാൻ പറഞ്ഞു. നല്ല കറിവച്ച് അപ്പനുകൊണ്ടു കൊടുക്കാമെന്നും പറഞ്ഞു. കണ്ണു കാണാത്ത അപ്പൻ രണ്ടു മക്കളെയും തിരിച്ചറിഞ്ഞിരുന്നത് അവരുടെ കൈകളിൽ തടവി നോക്കിയായിരുന്നു. “ചേട്ടന്റെ കൈത്തണ്ട രോമാവൃതമാണ്. എന്റെ കൈത്തണ്ടയിൽ ഒരു രോമം പോലുമില്ല. അപ്പനെ ഞാൻ ചതിക്കുകയല്ലേ ചെയ്യുക?’ യാക്കോവ് അനിഷ്ടം പ്രകടിപ്പിച്ചു.

“ശാപം എന്റെ മേൽ വീഴട്ടെ, നീ ഞാൻ പറഞ്ഞതനുസരിച്ചാൽ മതി.”

ഇറച്ചിക്കറി പാകം ചെയ്ത് അമ്മ അവനെ ഏല്പിച്ചു. ചേട്ടന്റെ രോമക്കുപ്പായം ധരിപ്പിച്ച്, അപ്പന്റെ അരികിലേക്ക് വിട്ടു.

“അപ്പൻ ആശിച്ച ഇറച്ചിക്കറി ഞാനിതാ തയ്യാറാക്കി കൊണ്ടുവന്നിരിക്കുന്നു.”

അപ്പന് സന്തോഷമായി. ആസ്വദിച്ച് കഴിച്ചു. എന്നിട്ട് പറഞ്ഞു:

"നീ എന്റെ അരികിൽ വന്നിരിക്ക്."

അപ്പൻ അവന്റെ രോമവസ്ത്രത്തിൽ തലോടി മൂത്തവൻ ഏസോ വല്ലേ എന്നുറപ്പുവരുത്തി.

"നീ ഏസോവ് തന്നെയല്ലേ? കറി നന്നായിരിക്കുന്നു. നിന്റെ സ്വരം കേട്ടപ്പോൾ എനിക്ക് തോന്നി ഏസോവ് അല്ലായിരിക്കുമോ യെന്ന്. പക്ഷേ കൈ തലോടുമ്പോൾ ഏസോവ് തന്നെ! അവന്റെ രോമക്കുപ്പായത്തിന്റെ അതേ മണം."

അപ്പൻ മകനെ തലയിൽ കൈവച്ചനുഗ്രഹിച്ചു.

ബൈബിൾ

മുത്തുകൾ

പഴയനിയമത്തിലെ 'ജനസിസ്' എന്ന അദ്ധ്യായത്തിൽ വായി ക്കുന്ന കഥയാണിത്. അപ്പന് മൂത്തവനോടും അമ്മയ്ക്ക് ഇളയവ നോടുമാണ് പ്രിയം. പാരമ്പര്യമനുസരിച്ച് അപ്പന്റെ അനുഗ്രഹത്തിന് അർഹത മൂത്തവനാണ്. എന്നാൽ ചെറിയ ഒരു ചതിപ്രയോഗത്തി ലൂടെ അമ്മ അത് തന്റെ പ്രിയ മകൻ യാക്കോവിനായി തരപ്പെടു ത്തുന്നു. പിതാവിനെ പറ്റിക്കുന്നത് ശരിയല്ലെന്ന് മകൻ പറഞ്ഞിട്ടു പോലും അമ്മ വഴങ്ങിയില്ല. യാക്കോവിനെക്കൊണ്ട് കപടനാടകം കളിപ്പിക്കുന്നു.

അമ്മയും അപ്പനും തമ്മിലുള്ള വിശ്വസ്തതയില്ലായ്മ മക്കൾ തമ്മിൽ അനൈക്യം ഉണ്ടാക്കുമെന്ന് ഉറപ്പ്. മക്കളെ സ്നേഹിക്കു ന്നതിൽ ഒരു തരത്തിലും കൂടുതൽ കുറവുകൾ ഉണ്ടാകരുതെന്ന്

ആധുനിക മനശ്ശാസ്ത്രം പറയുന്നു. അവർ തമ്മിൽ സ്പർദ്ധ ജനിപ്പിക്കാനേ ഇതുകൊണ്ടാകൂ. കൊച്ചുനാളുകൾ തൊട്ടുണ്ടാകുന്ന കൊച്ചു കൊച്ചു മത്സരങ്ങൾ, അവരുടെ മനസ്സിൽ മത്സരം വളർത്തുകതന്നെ ചെയ്യും.

വിവാഹത്തിൽ ബന്ധപ്പെടുന്ന ഭാര്യാഭർത്താക്കന്മാർ ഒരു ശരീരവും ഒരു മനസ്സുമാകണമെന്ന് പറയുന്നത് ഇതുകൊണ്ടാണ്. പുരുഷനും സ്ത്രീയുമാകുമ്പോഴേ പൂർണ്ണത ആകുന്നുള്ളൂ.

മക്കളോട് രക്ഷിതാക്കൾ വ്യത്യസ്ത തരത്തിൽ സ്നേഹം പ്രകടിപ്പിച്ച് തകർന്നുകൊണ്ടിരിക്കുന്ന കുടുംബങ്ങൾ ആധുനിക കാലത്ത് കൂടിക്കൊണ്ടിരിക്കുന്നു. പഴയ നിയമത്തിലെ കായേനിന്റെയും ആബേലിന്റെയും കഥയും വ്യത്യസ്തമല്ല. തന്റെ ബലി സ്വീകരിക്കാതെ ആബേലിന്റെ ബലി സ്വീകരിക്കപ്പെട്ടതിലാണ് കായേനിന്റെ പരാതി. അത് അസൂയയും കോപവും വെറുപ്പുമൊക്കെയായി അനുജന്റെ കൊലപാതകത്തിൽ കലാശിക്കുന്നു. ദൈവത്തിന്റെ പദ്ധതികളെന്താണെന്ന് വിലയിരുത്താൻ നമുക്കാകില്ലായിരിക്കാം, പക്ഷേ മനുഷ്യബന്ധങ്ങളിൽ സംഭവിച്ചുകാണുന്നത് ഇത്തരം സിബ്ളിങ്ങ് റൈവൽറി തന്നെ.

മക്കൾ തമ്മിൽ ഒരു പ്രശ്നമുണ്ടായാൽ നിങ്ങൾ എവിടെ നിൽക്കണം?

1. പക്ഷം പിടിക്കാതിരിക്കുക.
2. അപകടകരമായ ഒരു സന്ദർഭത്തിലൊഴികെ, പ്രശ്നത്തിലിടപെടാതിരിക്കുക.
3. നിങ്ങൾ ഇടപെടുന്നെങ്കിൽ ഒരാളെ ഒറ്റപ്പെടുത്തുന്ന തരത്തിൽ ആകാതിരിക്കുക. ഇരുവരുടെയും വികാരത്തെ വിലമതിക്കുക. ഇരുവരേയും കേൾക്കുക, ക്ഷമയോടെ.
4. അവർ ശാന്തമായിരിക്കുന്ന സമയത്ത് അവരെക്കൊണ്ട് പ്രശ്നത്തെപ്പറ്റി ചിന്തിപ്പിക്കുക. നല്ല പരിഹാരം കണ്ടെത്താൻ അവരെ തന്നെ പ്രാപ്തരാക്കുക.
5. പ്രശ്നം പരിഹരിക്കാൻ അവർക്കുതന്നെ കഴിയും എന്ന വിശ്വാസം അവരെ ബലപ്പെടുത്തും. രക്ഷിതാക്കളോട് അവർക്ക് ബഹുമാനം തോന്നുകയും ചെയ്യും.

■

ടിത്തണസ്
(Tithanus)

പ്രഭാതത്തിന്റെ ദേവതയാണ് അറോറ. സൂര്യനുദിക്കുന്നതിന് മുമ്പ് കിഴക്കെ ചക്രവാളത്തിൽ മൂപ്പരുണ്ടാകും. ഉഷഃകാല നക്ഷത്രം കൊണ്ട് പൊട്ട് തൊട്ട്, ഇരു കവിളിലും അരുണിമ പൂശിയ ഒരു നാണം കുണുങ്ങി പെണ്ണ്. പ്രണയിച്ചത് ഒരു രാജകുമാരനെയാണ്. സുമുഖനായൊരു യുവകോമളൻ, ടിത്തണസ്.

അമരത്വം ഉള്ളവരാണ് ദേവന്മാരും ദേവതമാരും. അവർക്ക് മരണമില്ല. എന്നാൽ മനുഷ്യൻ മരിക്കും. അതുകൊണ്ട് തന്റെ പ്രാണ പ്രിയനായി അറോറ സ്യൂസ് ദേവനോട് ചോദിച്ച വരം അമരത്വം തന്നെയായിരുന്നു. മനുഷ്യരുമായുള്ള പ്രണയബന്ധം ഇഷ്ടമല്ലെ ങ്കിലും സ്യൂസ് ദേവൻ വരം കൊടുക്കുകതന്നെ ചെയ്തു. അമരത്വം എന്ന വരം. ടിത്തണസിന് ഇനി മരണമില്ല.

നേരം പുലരുന്നതിന് മുമ്പ് തന്നെ ഇഷ്ടമിഥുനങ്ങൾ തേരിൽ കയറി പ്രണയസല്ലാപങ്ങളുമായി ആകാശയാത്ര തുടങ്ങും. ആനന്ദ ലഹരിയിലായിരിക്കും അവരെപ്പോഴും അറോറയും ടിത്തണസും; സൗന്ദര്യത്തിന്റെ നിറകുടമായ അറോറയും പുരുഷത്വത്തിന്റെ പര്യായമായ ടിത്തണസും.

വർഷങ്ങൾ കടന്നുപോയപ്പോൾ നായകന്റെ മുടിയിഴകൾ നര യ്ക്കുകയും കണ്ണിൽ മങ്ങൽ വരികയും വാർദ്ധക്യം ബാധിക്കുകയും ചെയ്തു. അതോടെ പ്രണയത്തിന് ഇടിവുപറ്റിത്തുടങ്ങി; പ്രകടന ങ്ങൾക്കറുതി വന്നുതുടങ്ങി; സ്നിഗ്ദ്ധ വികാരങ്ങൾ തണുത്തു മര വിച്ചു. ടിത്തണസിന് പ്രായമായി; ചുമയും ജ്വരവും ബാധിച്ചു. ചർമ്മം ചുക്കിച്ചുളിഞ്ഞു.

അറോറ അപ്പോഴും കത്തിജ്വലിക്കുന്ന യുവത്വത്തിന്റെ പ്രതീക മായിത്തന്നെ തുടർന്നു. കുരയും ചുമയും ശല്യമായിത്തീർന്നപ്പോൾ

കൂനിക്കൂടി നടക്കുന്ന ടിത്തണസിനെ അവളൊരു പുൽച്ചാടി (grass-hopper) ആക്കി മാറ്റി.

ഗ്രീക്ക്

മുത്തുകൾ

നമ്മുടെയൊക്കെ പൂന്തോട്ടത്തിൽ സന്ധ്യയ്ക്ക് കാണുന്ന പുൽച്ചാടി, പച്ചക്കാള എന്നിവയെ കാണുമ്പോഴും രാത്രികാലങ്ങളിൽ അവയുടെ കുരയും ചുമയും കേൾക്കുമ്പോഴും ഓർക്കുക, മനുഷ്യ സൗന്ദര്യം നശ്വരമാണ്.

അറോറ, ഉഷസ്സിന്റെ ദേവതയാണ്, റോമക്കാർക്കും ഗ്രീക്കുകാർക്കും. പുരാണങ്ങളിൽ ദേവതമാർക്ക് മനുഷ്യരോട് പ്രണയം തോന്നിയ ധാരാളം കഥകളുണ്ട്.

അമരത്വമാണ് ദേവത ടിത്തണസിനായി സ്യൂസ് ദേവനോട് യാചിച്ചത്. ചോദിക്കേണ്ടിയിരുന്നത് നിത്യയുവത്വമായിരുന്നു. എന്തു തന്നെയായാലും മനുഷ്യനുള്ളിൽ അമരത്വത്തിന് വേണ്ടിയുള്ള അന്വേഷണം (search for immortality) പണ്ടുമുതലേ ഉണ്ടായിരുന്നെന്ന് ഈ പുരാണകഥ സൂചിപ്പിക്കുന്നു. പ്രായത്തെ അതിജീവിക്കാനുള്ള വ്യഗ്രത എക്കാലവും മനുഷ്യനിലുണ്ടായിരുന്നു. വസ്ത്രധാരണംകൊണ്ടും സൗന്ദര്യവർദ്ധകവസ്തുക്കളുപയോഗിച്ചും ഒരു പരിധിവരെ പിടിച്ചുനില്ക്കാൻ ശ്രമിക്കുന്നവർ ധാരാളമുണ്ട്. അതിലപ്പുറം മരുന്നുകൊണ്ടും ചികിത്സകൊണ്ടും പ്രായത്തെ വരുതിക്ക് നിർത്താൻ ശ്രമിക്കുന്നവരുമുണ്ട്.

കൂടുതൽ കാലം ആരോഗ്യത്തോടെ ജീവിക്കുന്നവരുടെ ഒരു ലോകപഠനം കാണിക്കുന്നത്. അഞ്ചു പ്രദേശങ്ങളിൽ നൂറുവയസ്സിനു മേൽ പ്രായമുള്ളവർ കൂടുതലായി കണ്ടുവരുന്നതായാണ്. ആ അഞ്ചു പ്രദേശങ്ങൾ ജപ്പാനിലെ ഒക്കിനാവാ, ഇറ്റലിയിലെ സാർഡീനിയാ, കോസ്റ്ററിക്കായിലെ നിക്കോയ, ഗ്രീസിലെ ഇക്കാറിയാ, കാലിഫോർണിയായിലെ ലോമാ ലിണ്ടാ എന്നിവയാണ്. ലോകമേപ്പിൽ (World Map) ഇതിനെ Blue Zone എന്ന് വിളിക്കപ്പെടുന്നു. ഗിന്നസിൽ കയറിയ ലോകമുത്തശ്ശി 119 വയസ്സുള്ള ജപ്പാൻകാരി തനാക്ക മരിച്ചത് കഴിഞ്ഞ വർഷമാണ്.

പഴമൊഴികൾ

എന്നേക്കാൾ പതിനഞ്ചുവയസ്സിന് മീതെയുള്ളവരാണ് പ്രായമായവർ.

(To me, old age is always fifteen years older then I am.)

Bornard Baruch

നമുക്ക് പ്രായമാകുകയല്ല, മറിച്ച് പക്വത വരികയാണ്.

(We don't grow older, we grow riper.)

Pablo Picaso

ഞാൻ ചെറുപ്പമായിരുന്നപ്പോൾ പ്രായമായവരോട് എനിക്ക് സഹാനുഭൂതി ആയിരുന്നു; വയസ്സായപ്പോൾ നേരെ തിരിച്ചും.

(When I was young I pitied the old, Now old, it is the young I pity.)

Jean Rostand

■

യുരാഷിമാ ടാരൊ
(Urashima Taro)

ഒരു ജാപ്പനീസ് നാടോടിക്കഥയാണ് 'യുരാഷിമാ ടാരൊ'. ചെറുപ്പക്കാരനായ ഒരു മീൻപിടുത്തക്കാരന്റെ കഥ. അയാളെന്നും തന്റെ ചെറുവഞ്ചിയിൽ കടലിൽപോകും; ക്ഷമയോടെ മീൻ പിടിച്ചുകൊണ്ടിരിക്കും: കിട്ടിയതുംകൊണ്ട് ചന്തയിൽ പോകും; ഒരെണ്ണമെങ്കിലും വീട്ടിലെത്തിക്കും; അമ്മ അത് പാകം ചെയ്ത് ഇരുവരുമിരുന്ന്, വിശേഷങ്ങൾ പങ്കുവച്ച് ഭക്ഷിക്കും.

ഒരു ദിവസം ചന്ത കഴിഞ്ഞ് വീട്ടിലേക്ക് മടങ്ങുമ്പോൾ കുറേ വികൃതിപ്പിള്ളേർ ഒരു ആമയെ മലർത്തിയിട്ട് അതിന്റെ നിസ്സഹായത കണ്ട് ചിരിച്ചുമറിയുകയായിരുന്നു. ടാരൊയ്ക്ക് ആമയോട് ദയ തോന്നി. കുട്ടികളെ ഓടിച്ചുവിട്ട് ആമയെ കടലിലേക്കിട്ടു.

"നിന്റെ കുടുംബവുമായി ചേർന്ന് സന്തോഷത്തോടെ ജീവിക്കുക." ടാരൊ ആമയോട് പറഞ്ഞു.

അടുത്ത ദിവസം പ്രഭാതത്തിൽ പതിവുപോലെ യുരാഷിമാ ടാരൊ ചെറുവഞ്ചി തുഴഞ്ഞ് തന്റെ ജോലി തുടർന്നു. കടൽ ശാന്തമായിരുന്നു. ചെറിയ അലകളുടെ താളത്തിനനുസരിച്ച് ടാരൊയുടെ ചെറുവഞ്ചി നൃത്തം ചെയ്യുന്നുണ്ടായിരുന്നു. അതിനിടയ്ക്ക് "ടാരൊ... ടാരൊ..." എന്ന് ആരോ വിളിക്കുന്നതുപോലെ തോന്നി.

ടാരൊ ചുറ്റും നോക്കി. ആരെയും കണ്ടില്ല. വീണ്ടും വിളികേട്ടപ്പോൾ ടാരൊ വീണ്ടും ശ്രദ്ധിച്ചു. വെള്ളത്തിൽ, തന്റെ വഞ്ചിക്കരികിൽനിന്നും ഒരു ആമയാണ് തന്നെ വിളിക്കുന്നതെന്ന് മനസ്സിലായി. അതിന്റെ നേരെ തിരിഞ്ഞു ടാരൊ പറഞ്ഞു: "നിന്നെപ്പോലൊരു ആമയെ ഇന്നലെ ഞാൻ വികൃതിപ്പിള്ളേരിൽനിന്നും രക്ഷിച്ചിരുന്നു."

"കടലിനടിയിലെ ഡ്രാഗൺ കിങ്ങ് പറഞ്ഞതനുസരിച്ചാണ് ഞാൻ വന്നത്. നീ ചെയ്ത സഹായത്തിന് നന്ദി പ്രകടിപ്പിക്കാൻ, അദ്ദേഹം ആഗ്രഹിക്കുന്നു. നീ എന്റെ കൂടെ വരണം."

ടാരൊ അത്ഭുതത്തോടെ ആമയെ നോക്കി.

“സന്തോഷമുണ്ട് നിന്റെ വാക്കുകൾ ശ്രവിക്കുമ്പോൾ. പക്ഷേ വെള്ളത്തിനടിയിലേക്ക് എനിക്ക് വരാനാകില്ലെന്ന് നിനക്കറിഞ്ഞുകൂടേ? വായുകിട്ടാതെ ഞാൻ ചത്തുപോകില്ലേ?”

“നിനക്കൊരാപത്തും പറ്റാതെ നോക്കാൻ ഞാനുണ്ട്. വരൂ എന്റെ പുറത്ത് കയറിയിരുന്നോളൂ.”

ടാരൊയ്ക്ക് സന്തോഷമായി. പുതിയ ഒരു ലോകം, പുതിയ യാത്ര ആരാണ് ഇഷ്ടപ്പെടാത്തത്? കടലിനടിത്തട്ടും അവിടത്തെ കൊട്ടാരവുമൊക്കെ കാണാമല്ലോ.

ആമയുടെ മുതുകിൽ കയറിയിരുന്നു. മന്ദമാരുതൻ വീശുന്ന പോലെത്തന്നെ തോന്നി ജലത്തിനടിയിലൂടെയുള്ള യാത്രയും. ജലത്തിനടിയിലാണെങ്കിലും ശ്വസിക്കാനൊന്നും ബുദ്ധിമുട്ടുണ്ടായില്ല. മത്സ്യങ്ങളുടെ കൂട്ടങ്ങൾ അകമ്പടി സേവിച്ചു. ഡോൾഫിനുകൾ അംഗരക്ഷകരെപ്പോലെ കൂടെക്കൂടി. വിവിധവർണ്ണങ്ങളിലുള്ള നീരാളികൾ കൂടെ ഒഴുകിക്കൊണ്ടിരുന്നു. വർണ്ണഭംഗിയുള്ള ചെടികൾ തലയാട്ടിക്കൊണ്ട് സ്വാഗതം ചെയ്യുന്നതുപോലെ തോന്നി.

കൊട്ടാരത്തിന്റെ പടിവാതിൽക്കൽതന്നെ വലിയ രണ്ട് കടൽക്കുതിരകൾ കാവൽനില്ക്കുന്നു. മുത്തുകളും പവിഴങ്ങളും പതിച്ച സിംഹാസനമുള്ള വലിയ ഹാളിലേക്ക് അവരാണ് ടാരൊയെ അനുഗമിച്ചത്. സിംഹാസനത്തിലിരുന്ന ഡ്രാഗൺ കിങ്ങ് യുരാഷിമാ ടാരൊയെ ശ്രദ്ധിച്ച്, അരികിലിരുന്നിരുന്ന പെൺകുട്ടിയോട് ചോദിച്ചു.

“ഈ വരുന്ന യുവാവാണോ ഇന്നലെ നിന്നെ വികൃതിപ്പിള്ളേരിൽനിന്ന് രക്ഷിച്ചത്?”

വിടർന്ന കണ്ണുകളോടെയും നിറഞ്ഞ പുഞ്ചിരിയോടെയും അവൾ എഴുന്നേറ്റ് നിന്നു.

“ഈ ആൾതന്നെയാണ് എന്റെ ജീവൻ രക്ഷിച്ചത്.” അവൾ ഭവ്യതയോടെ പറഞ്ഞു.

“എന്റെ മകളുടെ ജീവൻ രക്ഷിച്ചതിന് പ്രത്യുപകാരമായി അവളുടെ ജീവിതപങ്കാളിയാകാൻ താങ്കളെ ഞാൻ ക്ഷണിക്കുന്നു. ഇഷ്ടമാണോ?” രാജാവ് ചോദിച്ചു.

ടാരൊ അവളെ നോക്കി. ടാരൊവിന്റെ ചുണ്ടിൽനിന്നും അടർന്നുവീഴാൻ പോകുന്ന വാക്കുകൾക്കായി അവൾ കാതുകൂർപ്പിച്ച് കണ്ണിമവെട്ടാതെ ശ്വാസമടക്കിപ്പിടിച്ചു നിന്നു.

മുട്ടിറങ്ങിക്കിടക്കുന്ന അവളുടെ കാർകൂന്തലിൽ സ്റ്റാർഫിഷുകൾ സ്ലൈഡുകളായി തിളങ്ങുന്നത് ടാരൊ ശ്രദ്ധിച്ചു. പവിഴങ്ങൾ

തുന്നിപ്പിടിപ്പിച്ച കിമോണൊയിൽ അവളൊരു മത്സ്യകന്യകയെ പ്പോലെ തോന്നിച്ചു.

ഇഷ്ടമായെന്നു തലയാട്ടിയപ്പോൾ ഡ്രാഗൺ കിങ്ങ് യുരാഷിമാ ടാരൊയെ കെട്ടിപ്പിടിച്ചാശ്ലേഷിച്ചു.

ചടങ്ങുകൾ പൊടിപൊടിച്ചു. കടലിനടിത്തട്ടിലെ വിവാഹം ആഘോഷംതന്നെയായിരുന്നു. മൂന്ന് ദിവസമായിരുന്നു ആഘോഷം. വരനും വധുവും ആനന്ദത്തിന്റെ കൊടുമുടിയിൽത്തന്നെ ആയി രുന്നു. എല്ലാം ഒന്നൊതുങ്ങിയപ്പോഴാണ് ടാരൊ തന്റെ അമ്മയെ ക്കുറിച്ചോർത്തത്.

“എനിക്ക് അമ്മയെ കാണണം. കടലിൽപോയ എന്നെ ഈ മൂന്ന് ദിവസമായിട്ടും കണ്ടില്ലെങ്കിൽ അമ്മ പേടിച്ചിരിപ്പാവും.” ടാരൊ തിരക്കുകൂട്ടി.

താൻ തന്റെ പിതാവിനെയെന്നപോലെ ടാരൊ തന്റെ മാതാവി നെയും സ്നേഹിക്കുന്നുണ്ടാകുമല്ലോ. ദുഃഖത്തോടെയാണെങ്കിലും അവൾ ടാരൊയ്ക്ക് യാത്രാമംഗളം നേർന്നു. വിടപറയും മുമ്പേ സുവർണ റിബൺകൊണ്ട് കെട്ടിയ ഒരു മാന്ത്രികപ്പെട്ടി കൈമാറി ക്കൊണ്ട് പറഞ്ഞു:

“ഓർമ്മയ്ക്കായി ഇതിരിക്കട്ടെ. നാമിനി കണ്ടുമുട്ടുന്നതുവരെ തുറക്കരുത്.”

ഭാര്യയെ നെഞ്ചോട് ചേർത്തമർത്തി ആശ്ലേഷിച്ച് യാത്രയായി. അരികിലെത്തിയ വലിയ ഒരു ആമയുടെ പുറത്ത് കയറി തുഴഞ്ഞു പൊങ്ങി ജലപ്പരപ്പിൽ കരയിലെത്തി. ആർത്തിയോടെ കരയിലേക്ക്

നടന്നു. കരയാകെ മാറിയിരിക്കുന്നു. പരിചയമുള്ള ഒരു മുഖംപോലും ഇല്ല. ചന്ത നിന്നിരുന്നിടം വലിയ കെട്ടിടങ്ങൾ പൊങ്ങിയിരിക്കുന്നു. വീതിയുള്ള റോഡുകളും ചീറിപ്പായുന്ന വാഹനങ്ങളും. ഒരു പരിചയവുമില്ലാത്ത സ്ഥലം. തന്റെ വീടന്വേഷിച്ചു നടന്നു. പരിചയമുള്ള ചുറ്റുവട്ടങ്ങളല്ലെന്നു തോന്നി. അവസാനം ഒരു വീടിന്റെ മുന്നിലെത്തി വാതില്ക്കൽ മുട്ടി. ഒരു സ്ത്രീ വന്ന് വാതിൽ തുറന്നു. എന്ത് വേണമെന്ന് തിരക്കി.

"ഞാൻ യുരാഷിമാ ടാരൊ. എന്റെ അമ്മ എവിടെ?" അയാൾ ചങ്കിടിപ്പോടെ ചോദിച്ചു.

"ഇത് എന്റെ വീടാണ്, 300 വർഷം മുമ്പ് ഒരു യുരാഷിമാ ടാരൊ മുങ്ങിമരിച്ചതായി പറഞ്ഞുകേട്ടിട്ടുണ്ട്. ആ വാർത്ത കേട്ട് ഒരു സ്ത്രീ ഹൃദയം നുറുങ്ങി മരിച്ചതായും കേട്ടിട്ടുണ്ട്." അവർ പറഞ്ഞു.

ടാരൊ ദുഃഖത്താൽ കടലോരത്തുതന്നെ തിരിച്ചെത്തി. ഹൃദയം പൊട്ടിക്കരഞ്ഞു. മുട്ടിൽ വീണു വിങ്ങിവിങ്ങിക്കരഞ്ഞു. ഒന്നും വിശ്വസിക്കാനാകാതെ കക്ഷത്തിടുക്കിപ്പിടിച്ചിരുന്ന പെട്ടി താഴെ വീണ് താനേ തുറന്നു, അതിനുള്ളിൽനിന്നും പുകവളയങ്ങൾ വായുവിൽ വിലയം പ്രാപിച്ചു. യുരാഷിമ ടാരൊവിന്റെ തോളിറങ്ങിക്കിടന്ന മുടി നരയ്ക്കുകയും ചർമ്മം ചുക്കിച്ചുളിഞ്ഞ് പെട്ടെന്ന് വാർദ്ധക്യത്തിലെത്തി മരണമടഞ്ഞെന്നുമാണ് കഥ.

ജാപ്പനിസ്

മുത്തുകൾ

ജപ്പാനിലെ 'അമാ' എന്നറിയപ്പെടുന്ന മുക്കുവർക്കിടയിലെ നാടോടിക്കഥയാണ് 'യുരാഷിമാ ടാരൊ'. എഴുതപ്പെട്ട രൂപത്തിൽ ഇത് പ്രത്യക്ഷമായത് ഏഴാം നൂറ്റാണ്ടിന് ശേഷമാണെന്ന് ഗവേഷകർ കണ്ടെത്തുന്നു. സഹജീവികളോട് നന്മ ചെയ്യുന്നവർക്ക് സമ്മാനം (reward for good) എന്ന ആശയം കുട്ടികളിൽ പകർത്താൻ കഴിയുന്നതോടൊപ്പം അമരത്വത്തിനായുള്ള അന്വേഷണം (search for immortality) നടത്തുകകൂടി ചെയ്യുന്നു ഈ നാടോടിക്കഥ.

A.D. 478-ൽ യുരാഷിമാ കൊ എന്നുപേരായ ഒരു ജാപ്പനീസ് യാത്രികൻ, ഒരിക്കലും മരണമില്ലാത്തവരുടെ ഒരു നാട് സന്ദർശിച്ചതായും തിരിച്ചെത്തി ഓർമ്മപ്പെട്ടി തുറന്നതും അതിൽനിന്നും പുകവളയങ്ങൾ വായുവിൽ വിലയിച്ചതോടെ പെട്ടെന്ന് വാർദ്ധക്യം ബാധിച്ചതും മരണപ്പെട്ടതുമൊക്കെ കഥയായി പ്രചരിച്ചിരുന്നു.

നന്മ ചെയ്യുന്നവർക്ക് സമ്മാനമുണ്ടെന്ന് ഈ കഥ ഓർമ്മിപ്പിക്കുന്നു. യുരാഷിമായുടെ വിവാഹശേഷമുള്ള മൂന്ന് ദിവസം ആനന്ദത്തിന്റെ മുന്നൂറു വർഷമായിരുന്നുവെന്ന് മനസ്സിലാകുമ്പോൾ

ഓർക്കേണ്ട ഒരു കാര്യം കൂടെയുണ്ട് - ആനന്ദകരമായ ചെയ്തികളിൽ മനസ്സിനെ വ്യാപൃതരാക്കിയവർക്ക് ജീവിതത്തിൽ സമയം കടന്നുപോകുന്നതറിയില്ല. മനസ്സിനും ശരീരത്തിനും നിത്യയൗവ്വനം ലഭ്യമാക്കുന്നതിനുള്ള രാസസൂത്രം അതുതന്നെ- സമ്മർദ്ദങ്ങളിൽ നിന്നും മാറി നില്ക്കുക; നന്മ ചെയ്യുക.

ഐശ്വര്യപൂർണമായ വാർദ്ധക്യം

ലോകത്തിൽ ഏറ്റവും പ്രായമുള്ളവർ, അതായത് നൂറുവയസ്സിന് മീതെയുള്ളവർ, ജപ്പാനിലെ ഒക്കിനാവാ എന്ന ദ്വീപിലാണത്രെ കൂടുതലായി കാണപ്പെടുന്നത്. പ്രായത്താൽ അവശതയനുഭവിക്കുന്നവരല്ല, മറിച്ച് ഐശ്വര്യത്തോടെ വാർദ്ധക്യത്തെ ആസ്വദിക്കുന്നവരാണ് അവർ. വാർദ്ധക്യത്തിലും അവരുടെ സന്തോഷത്തിന്റെ രഹസ്യം ഗവേഷകർ കണ്ടെത്തിയത് താഴെ ചേർക്കുന്നു.

1. ടെൻഷൻ-ഫ്രീ ജീവിതം.
2. വ്യായാമം.
3. ഒരേ പ്രായക്കാർ ഒരുമിച്ചിരുന്നുള്ള മനസ്സ് തുറന്ന് സന്തോഷം പങ്കുവയ്ക്കൽ. ഉറക്കെ ചിരിക്കൽ. സന്ധ്യാകൂട്ടായ്മകൾ.
4. മനസ്സിനിഷ്ടപ്പെട്ട ഒരു ഹോബി - വായന, എംബ്രോയിഡറി, എഴുത്ത്, കമ്പ്യൂട്ടർ.
5. തൃപ്തികരമായ ഭക്ഷണം. കൂടുതലും പഴങ്ങളും പച്ചക്കറികളും.
6. ജലപാനം. ദിവസേന പത്തോ പന്ത്രണ്ടോ ഗ്ലാസ്.
7. മറ്റുള്ളവരിൽ ഈശ്വരനെ ദർശിക്കൽ, മറ്റുള്ളവർക്ക് നന്മ ചെയ്യൽ.
8. കോപം, പക, വെറുപ്പ് എന്നീ ചിന്തകൾക്ക് വിട.
9. റെഗുലർ ആയ വൈദ്യപരിശോധന.
10. മരണത്തെക്കുറിച്ച് അനാവശ്യമുള്ള ഉത്ക്കണ്ഠ വേണ്ടെന്നുവയ്ക്കൽ.

ജാപ്പനീസ് പഴമൊഴികൾ

കിണറ്റിലെ തവളയ്ക്ക് എന്ത് കടൽ?
(A frog in a well doesn't know the great sea)

തവളയുടെ കുട്ടി തവളക്കുട്ടിതന്നെയായിരിക്കും.
(Child of a frog is a frog)

ഒരു വെട്ട് രണ്ട് മുറി.
(One stroke, two halves)

■

ആരിയണും ഡോൾഫിനും
(Arion and the Dolphin)

കോറിന്തിലെ പെരിയാന്റർ രാജാവിന്റെ കൊട്ടാരത്തിൽ കവിയും യുവാവുമായ ഒരു സംഗീതപ്രതിഭയുണ്ടായിരുന്നു. ആരിയൺ എന്നാണ് അയാളുടെ പേര്. ഹാർപ് എന്ന ഉപകരണത്തോടെ ആയിരുന്നു അദ്ദേഹത്തിന്റെ ആലാപനം. പക്ഷിമൃഗാദികൾപോലും ആസ്വദിച്ച് നിന്നുപോകുമായിരുന്നത്രെ അദ്ദേഹം ആലാപനം തുടങ്ങിയാൽ.

രാജാവിന്റെ മാനസികാവസ്ഥ മനസ്സിലാക്കി പാടാനുള്ള പ്രത്യേക കഴിവുണ്ടായിരുന്നു അയാൾക്ക്. പിരിമുറുക്കമുള്ള ദിവസങ്ങളിൽ രാജാവിനെ ചിരിപ്പിക്കാനുള്ള രീതിയിലും ഉറക്കം വരാത്ത ദിവസങ്ങളിൽ താരാട്ടുപാട്ടുകൾപോലെയും ആരിയൺ ആലാപനം നടത്തുമായിരുന്നു.

അടുത്ത രാജ്യമായ സിസിലിയിൽ ഒരു സംഗീത മത്സരമുണ്ടെന്ന വിവരം ലഭിച്ചു. വിവിധ രാജ്യങ്ങളിൽനിന്നുള്ള സംഗീതപ്രതിഭകൾ പങ്കെടുക്കുന്ന ഒരു സദസ്സ്. അതിൽ പങ്കെടുക്കണമെന്ന മോഹം സ്വാഭാവികമായും ആരിയണും ഉണ്ടായി. ആഗ്രഹം തിരുമുന്നിൽ അവതരിപ്പിച്ചപ്പോൾ രാജാവിന്റെ മറുപടി ഇതായിരുന്നു:

“മാസങ്ങളോളം നിനക്കിവിടെ നിന്നും മാറിനില്ക്കേണ്ടിവരും. മിടുക്കനായവനെ ചൂണ്ടയിട്ട് പിടിക്കാൻ മറ്റു രാജാക്കന്മാരും ശ്രമിച്ചേക്കും. അതുകൊണ്ട് നീ പോകുന്നത് എനിക്ക് സമ്മതമല്ല.”

ആരിയണിന് നിരാശയായി. വല്ലാതെ ആശിച്ചതാണ്. മറ്റുള്ളവരുടെ കഴിവുകളുമായി തട്ടിച്ചുനോക്കുമ്പോഴല്ലേ സ്വയമൊന്നു വിലയിരുത്താനാവൂ. പക്ഷേ നിവൃത്തിയില്ല. കൊട്ടാരത്തിലെ തന്റെ ആലാപനത്തിന് മാറ്റു കുറഞ്ഞോ എന്നു തോന്നിത്തുടങ്ങി. അലസനായോ, ഉന്മേഷരഹിതനായോ... അരുതെന്നു മനസ്സ് ഉപദേശിച്ചു.

ജോലിയോട് നീതിപുലർത്തുന്നതാണ് ധർമ്മം എന്നും മനസ്സു പറഞ്ഞുകൊണ്ടിരുന്നു.

രാജാവിന്റെ മനസ്സിലും അപസ്വരങ്ങൾ ഉടലെടുത്തു. ഉറങ്ങാൻ കിടക്കുമ്പോൾ സ്വയം ചോദിക്കുമായിരുന്നു - സർഗ്ഗസിദ്ധികൾക്ക് തടയിടുന്നത് ശരിയാണോ? ആരിയണിനെ മത്സരത്തിന് വിട്ടാലോ? ഇനി അഥവാ സമ്മാനാർഹനായാൽ കോറിന്തിനും അവിടത്തെ രാജാവിനും അംഗീകാരം തന്നെയല്ലേ?

പിറ്റേദിവസം ആരിയണെ വിളിച്ച് രാജാവ് സമ്മതം നല്കി, തിരിച്ചുവരുമെന്നു ശപഥം ചെയ്യണം. ആരിയൺ ചിത്രശലഭം കൂട്ട് പറന്നു. ആനന്ദംകൊണ്ട് മതിമറന്നു. ആരിയൺ ശപഥം ചെയ്തു. തിരിച്ചുവരുമെന്ന്.

ആരിയണിന് വേണ്ടിമാത്രം ഒരു കപ്പൽ തയ്യാറാക്കപ്പെട്ടു. അനുകൂലമായ കാറ്റും കടൽക്കാക്കകളുടെ ആരവങ്ങളും തിരമാലകളുടെ സംഗീതവും എല്ലാംകൊണ്ടും യാത്ര മനോഹരമായി.

കൊടിതോരണങ്ങളും വാദ്യമേളങ്ങളുമൊക്കെയായി ഒരു ഉത്സവപ്രതീതിയായിരുന്നു സിസിലിയിൽ. സംഗീതപ്രേമികളും ഭാവനാസമ്പന്നരുമായ ശ്രോതാക്കൾക്ക്, കോറിന്തിലെ സംഗീതജ്ഞൻ, ആരിയൺ, ഒരു ഗംഭീര സംഗീതവിരുന്നുതന്നെയാണ് വിളമ്പിയത്. അവസാന ദിവസത്തെ പരിപാടിയായിരുന്നെങ്കിലും ആളുകളെ പിടിച്ചിരുത്തുന്ന മാസ്മരികതയുണ്ടായിരുന്നു ആരിയണിന്റെ സംഗീതത്തിന്. വീട്ടുമൃഗങ്ങളും നാട്ടുപക്ഷികളുമെല്ലാം ഈ സംഗീതമാന്ത്രികന്റെ മയക്കുവിദ്യയിൽ കുടുങ്ങി നിശ്ചലരായി നിന്നുപോലും!

സമ്മാനാർഹനായത് കോറിന്തിലെ സംഗീതജ്ഞൻ, ആരിയൺ തന്നെ: ഒരു സഞ്ചി നിറയെ സ്വർണ്ണം. അതായിരുന്നു സമ്മാനം.

തിരിച്ചുള്ള യാത്രയിൽ കപ്പലിൽ ക്യാപ്റ്റൻ അനുമോദിച്ചുകൊണ്ട് പറഞ്ഞു: "എന്റെ ജീവിതകാലം മുഴുവൻ പണിയെടുത്താൽ പോലും കിട്ടാത്തത്ര സ്വർണ്ണം നിനക്കീ ഒറ്റ രാത്രികൊണ്ട് കിട്ടിയിരിക്കുന്നു."

"എനിക്ക് ഈ സ്വർണ്ണത്തേക്കാൾ പ്രധാനം അവരുടെ ആരാധനയും അംഗീകാരവുമാണ്." ആരിയൺ അടക്കാനാകാത്ത ആനന്ദത്താൽ പറഞ്ഞു.

"എന്നാൽ ഈ സഞ്ചി സ്വർണം ഞങ്ങളെടുത്താലോ?" തിളങ്ങുന്ന കണ്ണുകളോടെ ക്യാപ്റ്റൻ.

തന്റെ വിജയം അപകടം ക്ഷണിച്ചുവരുത്തുന്നു എന്ന് ആരിയണ് ബോധ്യമായിത്തുടങ്ങി.

"എടുത്തോളൂ." ആരിയൺ സമ്മതിച്ചു.

“സന്തോഷം, പക്ഷേ തിരിച്ചെത്തിയാൽ നിങ്ങൾ രാജാവിനോട് കാര്യങ്ങൾ പറയും, ഞങ്ങൾ അപകടത്തിലാകുകയും ചെയ്യും.”

ക്യാപ്റ്റന്റെ കണ്ണുകളിൽ അപകടകരമായ തിളക്കം ആരിയൺ കണ്ടു.

“യാത്രയ്ക്കിടയിൽ നിങ്ങൾക്ക് അപകടം പറ്റിയെന്ന് ഞങ്ങൾ പറയാം; നിങ്ങൾ കടലിലേക്ക് വീണെന്നും.”

ക്യാപ്റ്റന്റെ ശബ്ദത്തിലെ ഒളിഞ്ഞിരിക്കുന്ന ഭീഷണി ആരിയണിന് ബോധ്യമായി; ആനന്ദം എത്ര ക്ഷണഭംഗുരമാണെന്നും.

അവസാനമായി തന്നെ ഒരു പാട്ടുപാടാനനുവദിക്കണേയെന്ന് മുട്ടിൽ വീണപേക്ഷിച്ചു.

ആരിയണിന്റെ ഹാർപ്പിൽ കമ്പികൾ ശോകസാന്ദ്രമായി തേങ്ങി. ഹൃദയം നുറുങ്ങിയവന്റെ ദുഃഖം വഴിഞ്ഞൊഴുകി, സകലദൈവങ്ങളെയും നമിച്ച് നക്ഷത്രങ്ങളെ സാക്ഷിയാക്കി, ശാന്തമായെത്തിയ കാറ്റിനെ സാക്ഷിയാക്കി, അലകളെ നിശ്ചലമാക്കി കാതോർത്ത കടലിനെ സാക്ഷിയാക്കി...

കടലിന്റെ നെഞ്ചിൽ ആഴമേറിയ ഒരു മുറിവായി ഗായകൻ എറിയപ്പെട്ടു. ഒന്നും അറിയാത്തതുപോലെ മുന്നോട്ട് നീങ്ങിക്കൊണ്ടിരുന്നു കപ്പൽ.

പെട്ടെന്ന് ഏതോ അദൃശ്യകരങ്ങൾ തന്നെ അലകൾക്ക് മീതെ ഉയർത്തിയതായി അയാൾക്ക് തോന്നി. വെറും തോന്നലാണോ? അല്ല, തന്നെ താങ്ങി നീന്തിക്കൊണ്ടിരുന്നത് ഒരു ഡോൾഫിൻ.

“ഞാനുണ്ട് നിനക്ക് കൂട്ട്.” എന്ന് ഒരു കാവൽ മാലാഖയായി ഡോൾഫിൻ പറയുന്നതുപോലെ തോന്നി. ‘നീ ഇനിയും പാടണം’ എന്നും ആ മാലാഖ പറയുന്നതുപോലെ തോന്നി ആരിയണിന്.

ഡോൾഫിന്റെ മുകളിലിരുന്ന് ഗായകൻ ഉറക്കെ പാടിക്കൊണ്ടിരുന്നു; നേരം പുലരും വരെ.

പുലരാൻ കാലത്ത് കോറിന്തിന്റെ കടലോരത്ത് കാത്തു നിന്നിരുന്ന ജനം ഡോൾഫിൻ പുറത്ത് സവാരിയായെത്തിയ തങ്ങളുടെ സംഗീതജ്ഞനെ തോളിലേറ്റി ആനന്ദനൃത്തമാടി. വിജയവാർത്തയറിഞ്ഞ് ഏറ്റവും സന്തോഷിച്ചത് സംഗീതപ്രേമിയായ രാജാവു തന്നെയായിരുന്നു. അതിലുപരി സന്തോഷം ആരിയണിന്റെ വാക്ക് പാലിച്ച് തിരിച്ചെത്തിയതിലും.

ആഹ്ലാദത്തിമർപ്പിനിടയിൽ കുറച്ച് കഴിഞ്ഞപ്പോഴാണ് ആരിയൺ തന്റെ രക്ഷകനായ ഡോൾഫിനെക്കുറിച്ചോർത്തത്. അയാൾ ഓടി തീരത്തെത്തിയപ്പോൾ മീൻപിടുത്തക്കാർ പിടിച്ച് കരയ്ക്കിട്ട അർദ്ധപ്രാണനായ കൂട്ടുകാരനെയാണ് കണ്ടത്. അന്ത്യശ്വാസം വലിച്ചു

തുടങ്ങിയ ആ പാവത്തെ വാരിയെടുത്ത് മടിയിൽ വച്ച് മാറോട് ചേർത്തു. നിശ്ചലമായിരുന്നു ആ ശരീരം.

“മാപ്പ് സുഹൃത്തേ, എന്നെ രക്ഷിച്ച് ഇവിടെ കൊണ്ടുവന്നതിന് മനുഷ്യൻ നിനക്ക് തന്നത് മരണം.”

ആരിയൺ നിർത്താതെ തേങ്ങി. പൊള്ളുന്ന കണ്ണീർ ധാരധാരയായി ഒഴുകി. നന്ദിയില്ലായ്മയ്ക്ക് മാപ്പ് ചോദിച്ചു. വിങ്ങിവിങ്ങിക്കരഞ്ഞു. രാജാവ് കാര്യം തിരക്കിയപ്പോൾ ആരിയൺ എല്ലാം തുറന്നു പറഞ്ഞു. പിന്നീടെത്തിയ ക്യാപ്റ്റനും കൂട്ടാളികൾക്കും അർഹിക്കുന്ന ശിക്ഷയും കിട്ടി.

ഗ്രീക്ക്

മുത്തുകൾ

സംഗീതജ്ഞന്റെ ഹൃദയഭേദകമായ പ്രാർത്ഥന കേട്ട് സ്യൂസ് ദേവൻ ആ ഡോൾഫിനെ ഒരു നക്ഷത്രസമൂഹമാക്കി മാറ്റിയത്രെ, Celestial Dolphinus എന്ന പേരിൽ.

സ്വർണ്ണത്തോടും പണത്തോടും മനുഷ്യന്റെ ആർത്തി ഇന്നും ഇന്നലെയും തുടങ്ങിയതല്ല എന്ന് ഈ കഥ നമ്മെ ഓർമ്മിപ്പിക്കുന്നു.

മനുഷ്യജീവന് പണത്തിനും താഴെ വിലയിടുന്ന മനുഷ്യജന്മവും മനുഷ്യജീവനെ തോളിലേറ്റി രക്ഷപ്പെടുത്തുന്ന മൃഗജന്മവും ഇവിടെ ഒരു താരതമ്യപഠനത്തിന് സഹായകരമാകുന്നു.

മനുഷ്യനോട് കരുണ കാണിക്കുന്ന മൃഗങ്ങളുടെ കഥകൾ

ഡോൾഫിനും മനുഷ്യനും തമ്മിലുള്ള സ്നേഹബന്ധത്തിന്റെ കഥകൾ നാം കേട്ടിട്ടുണ്ട്. Cook Strait of Newzeland എന്ന അപകടകരമായ കടലിടുക്കിൽ നീന്തുന്നതിനിടയിൽ ബ്രിട്ടീഷ് നീന്തൽ വിദഗ്ദ്ധൻ Adam Walker തനിക്കുണ്ടായ ഡോൾഫിൻ അനുഭവങ്ങൾ പങ്കുവെക്കുന്നുണ്ട്. രണ്ടു മീറ്ററെങ്കിലും നീളമുള്ള ഒരു ഡോൾഫിൻ തനിക്കു കീഴെ ഒരു സംരക്ഷകനെപ്പോലെ മുഴുവൻ ദൂരവും സഹയാത്രികനായി ഉണ്ടായിരുന്നത്രെ. സ്രാവുകളുടെ അക്രമത്തിൽ നിന്നും മനുഷ്യനെ രക്ഷിക്കാൻ ഡോൾഫിനുകളുണ്ടാകും എന്ന ദ്ദേഹം സാക്ഷ്യപ്പെടുത്തുന്നു. പലപ്പോഴും ഡോൾഫിൻകൂട്ടങ്ങൾ നീന്തൽക്കാരോടൊപ്പം ഉണ്ടാകാറുണ്ടത്രെ.

കടലോരത്ത് ജീവിക്കുന്ന ഒരു കുട്ടി എന്നും തനിക്ക് ഭക്ഷണമായി കിട്ടുന്ന ബ്രെഡ് ഒരു ഡോൾഫിന് നിത്യവും നല്കി, അതിന്റെ സുഹൃത്തായ കഥ പ്ലിനി എഴുതിയതായി കാണുന്നു. ഈ ഡോൾഫിൻ ബ്രെഡ്ഡിന് പകരമായി അതിന്റെ പുറത്ത് കയറി സവാരി ചെയ്യാൻ കുട്ടിയെ അനുവദിക്കാറുണ്ടെന്നും കഥയിൽ പറയുന്നു.

കടലിൽ പോകുന്ന ബോട്ടുയാത്രക്കരെ രസിപ്പിക്കാൻ ഡോൾഫിനുകൾ അഭ്യാസപ്രകടനങ്ങളുമായി കൂടെ കൂടാറുണ്ടത്രെ.

ഡോൾഫിനെക്കുറിച്ച് ചില ഗവേഷണ ഫലങ്ങൾ

1. മനുഷ്യനെപ്പോലെത്തന്നെ ശക്തമായ കുടുംബബന്ധങ്ങളും സാമൂഹ്യബോധവുമുള്ള ഒരു ജീവിയാണത്രെ ഡോൾഫിൻ
2. അവ മത്സ്യങ്ങളല്ല. സസ്തനികളാണ്. കുഞ്ഞുങ്ങളെ പ്രസവിക്കുന്നു, മനുഷ്യരെപ്പോലെ.
3. മത്സ്യങ്ങളെപ്പോലെ ചെകിളപ്പൂക്കൾ വഴി ജലത്തിലെ ഓക്സിജനെ ശ്വസിക്കുകയല്ല. മനുഷ്യനെപ്പോലെ ശ്വാസകോശങ്ങൾ വഴിയാണവ ശ്വസിക്കുന്നത്.
4. മനുഷ്യനെപ്പോലെ തന്നെ ശേഷികൾ (skills) പരിശീലിപ്പിച്ചെടുക്കാൻ എളുപ്പമാണ് ഡോൾഫിനുകളിൽ.
5. ഡോൾഫിനുകളുടെ തലച്ചോറിൽ അനുകമ്പയുടെ കേന്ദ്രം മനുഷ്യനിലേതുപോലെത്തന്നെയാണ്. അതുകൊണ്ട് അവ സൗഹൃദങ്ങൾ ആഗ്രഹിക്കുന്നു.

6. ചില ആൺഡോൾഫിനുകൾക്ക് മനുഷ്യസ്ത്രീകളുമായി വൈകാരികബന്ധം പുലർത്താൻ കഴിയുമെന്ന് നാസാ ഫണ്ട് ചെയ്ത് 1960ൽ നടത്തിയ ഒരു പഠനം തെളിയിക്കുന്നു.

സംഗീതത്തെക്കുറിച്ചുള്ള ചില പഴമൊഴികൾ

1. മനുഷ്യവർഗ്ഗത്തിന്റെ സാർവ്വലൗകിക ഭാഷയാണ് സംഗീതം (Music is the universal language of mankind)

A.W. Long follow

2. Music is the literature of heart, it commences where speech ends.

Alphonse De Lamartine

3. Music is the Language of Spirit. It opens the secret of life, bringing peace, abolishing strife

Kahlil Gibran

ചില പ്രയോഗങ്ങൾ

1. Music makes the world go round.
2. Her son s success story was music to her ears.
3. The medical report says that you are as fit as a fiddle.
4. Swan song = The final song or final act.
   ഹംസഗാനം, അന്തിമഗാനം.

■

സൈക്കി
(Psychie)

ഒരു രാജാവിന്റെ മൂന്ന് പെൺമക്കളിൽ ഇളയവളാണ് അതീവ സുന്ദരിയായ സൈക്കി. സൗന്ദര്യദേവതയായ ആഫ്രഡൈറ്റിയേക്കാൾ സുന്ദരിയായിരുന്നതുകൊണ്ട് നാട്ടുകാരുടെ കണ്ണിലുണ്ണിയും ആരാധനാപാത്രവുമായി സൈക്കി. ദേവതയെ മറന്ന് വെറും മനുഷ്യസ്ത്രീയെ ആളുകൾ ആരാധിക്കുന്നത് കണ്ട് സൗന്ദര്യദേവതയ്ക്ക് സ്വാഭാവികമായും അസൂയയുണ്ടായി.

ഒരു ദിവസം തന്റെ മകനായ ഇറോസ് (Eros) ദേവനെ വിളിച്ച് സൈക്കിയുടെ കഥ കഴിച്ച് വരാൻ ചട്ടംകെട്ടി. രാത്രിയിൽ ദേവൻ രാജകുമാരിയുടെ ഉറക്കറയിലെത്തി. പാതി തുറന്ന ചുവന്ന ചുണ്ടുകൾക്കിടയിലൂടെ കടുത്ത വിഷം ഒഴിക്കാൻ കുനിഞ്ഞപ്പഴല്ലേ സ്വന്തം അമ്മയുടെ അസൂയയുടെ ആഴം മനസ്സിലായത്. പ്രണയത്തിന്റെ ദേവനായ ഇറോസ് അറിയാതെ പറഞ്ഞുപോയി:

“സൗന്ദര്യത്തെ കൊല ചെയ്യാൻ എനിക്കാകില്ല.”

കുറച്ചു നേരം എല്ലാം മറന്ന് ആ സൗന്ദര്യത്തിൽ മുഴുകിനിന്ന ശേഷം തന്റെ ദൗത്യത്തിൽനിന്നും പിന്മാറി.

തന്റെ മകനെപ്പോലും അവളുടെ സൗന്ദര്യം അടിമപ്പെടുത്തിയെന്നറിഞ്ഞപ്പോൾ സൈക്കിയോടുള്ള ദേവതയുടെ കോപം പതിന്മടങ്ങായി വർദ്ധിച്ചു. ഒന്നിനുപുറകെ ഒന്നായി അവൾക്ക് കുറേ കഷ്ടപ്പാടുകൾ അയച്ചു. നിഷ്കളങ്കയായ സൈക്കി ജീവിതത്തോടു തന്നെ വിട പറയാൻ തീരുമാനമെടുത്തു. കുത്തനെയുള്ള ഒരു മലമുകളിൽനിന്ന് ആഴമുള്ള ഒരു കൊക്കയിലേക്ക് എടുത്തുചാടി.

പ്രണയിനികളുടെ മനസ് നന്നായറിയാവുന്ന ഇറോസ് ദേവൻ ഇത് മുൻകൂട്ടിക്കണ്ട് തന്റെ സുഹൃത്തായ തെക്കൻ കാറ്റിനോട് (Zephyrus) സൈക്കിയുടെ മേൽ ഒരു കണ്ണുണ്ടാകണമെന്ന് ചട്ടം

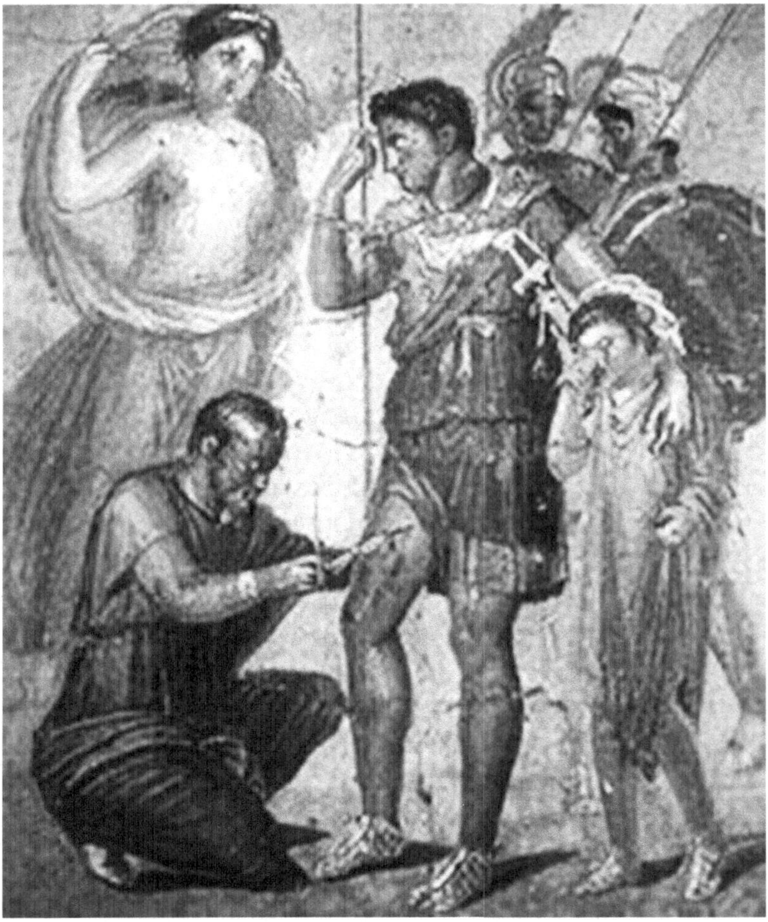

കെട്ടിയിരുന്നു. മലയുടെ മുകളിൽനിന്നും ചാടിയ സൈക്കിയെ തെക്കൻകാറ്റ് തന്റെ കൈകളിൽ താങ്ങി, കടലിന് മീതെ പറന്ന്, സുഗന്ധപുഷ്പങ്ങളും തേനീച്ചകളും ശലഭങ്ങളുമൊക്കെയുള്ള ഒരു ഏകാന്തദ്വീപിലെ വെണ്ണക്കൽ കൊട്ടാരത്തിലെത്തിച്ചു.

ഒരു സ്വപ്നലോകത്തിലാണ് താനെന്ന് അവൾക്ക് തോന്നി. പൂക്കളുടെ സുഗന്ധം പേറുന്ന കാറ്റും പക്ഷികളുടെ മധുരമുള്ള ഗാനമേളയുമൊക്കെ അനുഭവിച്ചപ്പോൾ അവൾ അത്ഭുതംകൊണ്ടു മതിമറന്നെന്ന് തന്നെ പറയാം. മന്ദമാരുതന്റെ തലോടലേറ്റ് കടലിന്റെ മീതെ പറന്നതോർത്ത് മയങ്ങിക്കിടന്നപ്പോൾ ഒരു ശബ്ദം അടുത്തടുത്ത് വന്നു:

"............എനിക്കിഷ്ടമാണ് നിന്നെ. ഒരു റോസാപ്പൂവിതളാണ് നീ... എന്റെ സ്വന്തം..."

ആൾ അദൃശ്യനാണെങ്കിലും ഇഷ്ടം പകരുന്ന വാക്കുകൾ മനസ്സിൽ ഒരു സ്നേഹപ്രളയംതന്നെ ജനിപ്പിച്ചു. താനാരാണെന്ന് തിരക്കേണ്ട എന്നും ഇഷ്ടം പങ്കുവച്ചാൽ മതിയെന്നുമൊക്കെ അയാൾ പറഞ്ഞു. ഇരുവരും പുലരുംവരെ ഉറക്കത്തിനവധി നല്കി, മധുരാനുഭവങ്ങൾ പങ്കിട്ടു, കഥകൾ പറഞ്ഞു കിടന്നു.

എല്ലാ രാത്രിയും പ്രണയദേവൻ സന്ദർശനം നടത്തിയിരുന്നു.

ഒരു ദിവസം നടക്കാനിറങ്ങിയപ്പോൾ സൈക്കി തന്റെ ചേച്ചിമാരെ കണ്ടെത്തി. കുറേ വിശേഷങ്ങൾ പങ്കിട്ടു. അജ്ഞാതനായ കാമുകനെ ശ്രദ്ധിക്കണമെന്ന മുന്നറിയിപ്പും കൊടുത്ത് അവർ മടങ്ങി. കൊച്ചനിയത്തിക്ക് കിട്ടിയ സൗഭാഗ്യം തങ്ങൾക്കും പ്രാപിക്കാൻ, സൈക്കി പറഞ്ഞ മലമുകളിൽ കയറി അവരും ആത്മഹത്യയ്ക്കായി എടുത്തു ചാടി, കൂടുതൽ ആനന്ദം ലഭിക്കാൻ. പക്ഷേ, കഷ്ടം. തെക്കൻകാറ്റുണ്ടോ ഇതറിയുന്നു?

രാത്രി തന്റെ പ്രിയപ്പെട്ടവനുറങ്ങുമ്പോൾ മുഖം എങ്ങനെയിരിക്കുന്നെന്നു കാണാൻ അവൾ വിളക്കു കത്തിച്ചു നോക്കി. ചേച്ചിമാർ മുന്നറിയിപ്പ് തന്നതുപോലെ, വല്ല ഭീകരജന്തുവോ മറ്റോ ആണെങ്കിലോ? കൈയിൽ ഒരു കത്തിയും കരുതി. വിശ്വസിക്കാനാവാതെ അവൾ നോക്കിനിന്നു. അത്രയ്ക്കും സുമുഖൻ. സന്തോഷംകൊണ്ട് തുള്ളിച്ചാടി. വിളക്കിലെ ഒരു തുള്ളി എണ്ണ ദേവന്റെ ചുമലിൽ വീണു. അയാൾ ചാടിയെണീറ്റു. വിശ്വസ്തതയില്ലാത്ത കാമുകിയെ വിട്ട് ദേവൻ എന്നന്നേക്കുമായി അപ്രത്യക്ഷനായി. പാവം സൈക്കി, ഇന്നും അന്വേഷിച്ച് നടക്കുന്നു.

റോമൻ

മുത്തുകൾ

മനുഷ്യമനസ്സ് ഇങ്ങനെയാണ്, സൈക്കിയെപ്പോലെ. ഒരിക്കലും തൃപ്തിവരാത്ത മനുഷ്യമനസ്സിനെ സൈക്കി പ്രതിനിധാനം ചെയ്യുന്നു. മനസ്, ആത്മാവ് എന്നൊക്കെ അർത്ഥം വരുന്ന വാക്കായി സൈക്കി (Psyche) ഇന്നറിയപ്പെടുന്നു. ആത്മാവിന്റെ ദേവതയായും സൈക്കി ഇന്നറിയപ്പെടുന്നു.

മനസ്സിന്റെ ശാസ്ത്രമായ സൈക്കോളജി ഉടലെടുത്തത് 'സൈക്കി'യിൽ നിന്നാണ്. 'സൈക്കി'യിൽ തുടങ്ങുന്ന കുറേ വാക്കുകളുണ്ട്: Psychology, Psychiatry, Psycho-analysis, Psychic, Psychopath, Psychopathic, Psychosis, Psycho-somatic എന്നിങ്ങനെ.

എന്തുകൊണ്ടാണ് സൈക്കിയുടെയും ഇറോസിന്റെയും സ്നേഹബന്ധം തകർന്നത് എന്ന് ഒരു മനശ്ശാസ്ത്രജ്ഞന്റെ കണ്ണിലൂടെ ഒന്നു നോക്കിയാലോ:

1. ഇരുവരും തമ്മിൽ eye contact ഉണ്ടായിരുന്നില്ല. ഇറോസ് അദൃശ്യനായിരുന്നല്ലോ. ആശയവിനിമയത്തിന് ഏറ്റവും ആവശ്യമാണ് ഐ കോൺടാക്റ്റ്.
2. അതുകൊണ്ട് തന്നെ സൈക്കിക്ക് സുരക്ഷിതത്വബോധം (security feeling) ഉണ്ടായിരുന്നില്ലെന്നും കാണാം. അതുകൊണ്ടാണ് അവൾ ചേച്ചിമാരുടെ ഉപദേശത്തിന് കാതോർത്തതും ബന്ധം വഷളായതും.
3. അബദ്ധങ്ങൾ അംഗീകരിക്കുന്നത് (owning responsibilities) ബന്ധങ്ങൾക്ക് ദൃഢത നല്കുന്നു.

ചില പഴമൊഴികൾ

അസൂയയ്ക്കും കഷണ്ടിക്കും മരുന്നില്ലെന്ന് പണ്ടുമുതലേ കേൾക്കുന്ന ചൊല്ലാണ്. വേറെ ചില ചൊല്ലുകൾ കൂടെ താഴെ തരുന്നു:

1. മറ്റുള്ളവരുടെ നേട്ടങ്ങളെണ്ണാൻ തുടങ്ങുമ്പോൾ അസൂയ ജന്മമെടുക്കുന്നു.

   (Jealousy comes from counting others blessings)

   Bible

2. അസൂയയുള്ളവന് മനസ്സമാധാനം കുറയും.

   (He who envies others, doesn't obtain peace of mind)

   Buddha

3. അധമ മനോഭാവത്തിന്റെ പ്രഖ്യാപനമാണ് അസൂയ

   (Envy is the declaration of inferiority complex)

സൃഷ്ടിയുടെ കഥകൾ

സൃഷ്ടികർമ്മത്തിൽ മനുഷ്യരൂപങ്ങളുണ്ടാക്കാൻ ഉപയോഗിച്ചത് കളിമണ്ണാണെന്ന് മിക്ക മിത്തുകളും പറയുന്നു. പ്രമീത്തിയസ് ദേവനും അനുജനും മനുഷ്യനിർമ്മിതിയിൽ കളിമണ്ണാണുപയോഗിച്ചതെന്ന് ഗ്രീക്കുകാർ അവകാശപ്പെടുന്നു.

ആഫ്രിക്കൻ മിത്തുകളിൽ ചിലതിലെങ്കിലും കളിമണ്ണ് കുഴച്ച് മനുഷ്യരൂപം നിർമ്മിച്ചതായി പറയുന്നുണ്ട്. സുഡാനിലെ നൈൽ നദീതീരത്ത് കഴിഞ്ഞിരുന്ന ഷിലക്ക് (Shilluk) വർഗ്ഗക്കാർ പറയുന്നത് യൂറോപ്യന്മാർ വെള്ള കളിമണ്ണുകൊണ്ടും ഏഷ്യക്കാർ തവിട്ടു നിറമുള്ള കളിമണ്ണുകൊണ്ടും ആഫ്രിക്കക്കാർ കറുത്ത കളിമണ്ണു കൊണ്ടും ഉണ്ടാക്കപ്പെട്ടവരാണെന്നാണ്.

മുട്ടനാടിന്റെ തലയുള്ള ഈജിപ്ഷ്യൻ ദേവൻ 'ഖ്നം' (khnum), മനുഷ്യനെ കളിമണ്ണുകൊണ്ട് സൃഷ്ടിച്ചതായി ഈജിപ്തുകാർ വിശ്വസിക്കുന്നു.

മരത്തിന്റെ തോല് കളിമണ്ണുകൊണ്ട് പൊതിഞ്ഞ് തലയും കൈയും കാലുമൊക്കെ കളിമണ്ണുകൊണ്ട് തന്നെയുണ്ടാക്കി, യൂക്കാലിപ്റ്റസ് മരത്തിന്റെ തോല് ചതച്ച് തലയിൽ മുടിയാക്കി വച്ച്, വായ്, മൂക്ക്, പൊക്കിൾക്കൊടി എന്നിവയിലൂടെ ഊതി ജീവൻ നല്കപ്പെട്ടതായി ആസ്ട്രേലിയായിൽ ചില ആദിവാസികൾ സൃഷ്ടിപുരാണം പറയുന്നു.

മഞ്ഞ കളിമണ്ണുകൊണ്ടാണ് തങ്ങൾ ഉണ്ടാക്കപ്പെട്ടതെന്നാണ് ചൈനക്കാരുടെ വിശ്വാസം.

കുറച്ച് പൊടിയെടുത്ത് ദൈവം തന്റെ രൂപത്തിൽ മനുഷ്യനെയുണ്ടാക്കിയെന്നും ജീവൻ നല്കിയെന്നും ബൈബിൾ പറയുന്നു. അതുകൊണ്ടാണ് 'നീ പൊടിയാകുന്നു; പൊടിയിലേക്ക് തന്നെ നീ മടങ്ങണം.' (Dust thou art and unto dust shalt thou return) എന്നു പറയപ്പെടുന്നതത്രെ.

ഇങ്ങനെ പോകുന്നു മിത്തുകളിലെ സൃഷ്ടിപുരാണങ്ങൾ. ആശയവിനിമയരംഗം തീരെ സജീവമല്ലാതിരുന്ന പുരാതനകാലങ്ങളിൽ എങ്ങനെ ഇത്തരം സമാന ചിന്തകൾ ലോകത്തിന്റെ ഓരോ മൂലകളിലുമെത്തിയെന്നത് നമ്മെ ശരിക്കും അത്ഭുതപ്പെടുത്തുന്നില്ലേ? നൂറ്റാണ്ടുകളെത്രയോ പിന്നിട്ടിട്ടും ഇത്തരം പുരാതനകഥകൾ മനുഷ്യൻ വിട്ടുപേക്ഷിച്ചിട്ടില്ലെന്നത്, ഇത്തരം മിത്തുകൾ തള്ളിക്കളയേണ്ട വെറും കഥകളല്ലെന്ന് ആധുനിക മനുഷ്യനെ ബോധ്യപ്പെടുത്തുന്നു.

അതുകൊണ്ട് Thomas Monn പറയുന്നു.

"Myth is the foundation of life; it is the timeless pattern, the pious formula into which life flows when it reproduces its traits out of the unconscious."

ആദിയിൽ എല്ലാം ശൂന്യമായിരുന്നു. എന്നതിൽ നിന്നാണ് എല്ലാ സൃഷ്ടികളിലും പറയുന്നത് "Then God created the heavens and earth." ദൈവം ആകാശവും ഭൂമിയും സൃഷ്ടിച്ചു എന്നു ബൈബിൾ പറയുന്നു. ഈ ശൂന്യതയിൽ നിന്നാണ് അന്വേഷണങ്ങളാരംഭിക്കുന്നത്.

നന്മയും തിന്മയും തമ്മിലുള്ള സംഘട്ടനമാണ് മിക്ക മിത്തുകളിലും ഉള്ളടക്കം. ആദാമിന്റെ സന്തതികൾ ആബേലും കായേനും, ഇന്ത്യൻ മിത്തുകളിൽ കാണുന്ന പാണ്ഡവരും കൗരവരും, സുരന്മാരും അസുരന്മാരും, ഈജിപ്ഷ്യൻ മിത്തിലെ ഒസിറിസും സെത്തും... ഇങ്ങനെ പോകുന്നു മിത്തുകളിലെ നന്മതിന്മ സാന്നിധ്യം.

■

ഒളോറോൺ
(Oloron)

മുകളിലാകാശം, താഴെ പരന്നു കിടക്കുന്ന വിശാല സമുദ്രം. ആകാശത്തിന്റെ ദേവൻ ഒളോറൺ; താഴെ സമുദ്രത്തെ ഭരിക്കുന്നത് ഒളോകൺ. വിശാലമായ സമുദ്രത്തെ നോക്കി യുവദേവനായ ഒബട്ടാല ഒരു ദിവസം ആകാശത്തിന്റെ ദേവനോട് പറഞ്ഞു: "ഈ സമുദ്രത്തെ മനോഹരമാക്കാൻ നമുക്കൊന്ന് ശ്രമിച്ചാലോ? കുറച്ച് മലകളും മരങ്ങളുമൊക്കെയുള്ള പ്രകൃതിദൃശ്യം സൃഷ്ടിച്ചാൽ കേമമാകും."

കലാകാരനായ യുവദേവൻ നിർദ്ദേശിച്ചപ്പോൾ ഒളോറൺ സന്തോഷത്തോടെ അനുവാദം കൊടുത്തു.

ആകാശലോകത്തെ ജോത്സ്യനുമായി ചർച്ച ചെയ്തപ്പോൾ അദ്ദേഹം പറഞ്ഞു: "സ്വർണം കൊണ്ടൊരു ചങ്ങല വേണം. അതിൽ ഉരുമ്മിയിറങ്ങണം താഴോട്ട്. ഒരു കക്കത്തൊണ്ടിൽ അല്പം മണലും വെളുത്തൊരു പിടക്കോഴിയും കറുത്തൊരു പൂച്ചയും പനയുടെ ഒരു കുരുവും കയ്യിൽ കരുതണം.'

സ്വർണച്ചങ്ങലയുണ്ടാക്കാൻ തട്ടാനെ സമീപിച്ചപ്പോൾ അത്രയും നീളമുള്ള ചങ്ങലയുണ്ടാക്കാനുള്ള സ്വർണം തന്നാൽ ചങ്ങല ഉണ്ടാക്കിക്കൊടുക്കാമെന്നായി.

സ്വർണസമ്പാദനത്തിനായി യുവദേവൻ മറ്റുദേവന്മാരോടും ദേവതമാരോടും യാചിച്ചു. സൗന്ദര്യാരാധകനും യുവകലാകാരനുമായ ഒബട്ടാലയുടെ ലക്ഷ്യം മനസ്സിലായപ്പോൾ വളയും മാലയും കിരീടവുമൊക്കെയായി ഉദാര സംഭാവന ലഭിച്ചു. താമസിയാതെ ത്തന്നെ തട്ടാൻ ഉറപ്പുള്ളതും നീണ്ടതുമായ ഒരു ചങ്ങലയ്ക്ക് രൂപം നൽകി. അറ്റത്ത് ഒരു ബലമുള്ള കൊളുത്ത് പിടിപ്പിച്ച് ആകാശ മേലാപ്പിന്റെ ഒരു ദ്വാരത്തിൽ കൊളുത്തിയിട്ടു, സ്വർണച്ചങ്ങല.

ദീർഘയാത്രയ്ക്കുള്ള ഒരുക്കപ്പാടുകളും യാത്രയയപ്പുമൊക്കെ കഴിഞ്ഞ് ഒബട്ടാല ജോത്സ്യൻ പറഞ്ഞ നാലു കാര്യങ്ങളുമെടുത്ത് സഞ്ചിയിൽ തോളിലിട്ട്, അറ്റം കാണാത്ത സമുദ്രലോകത്തിലേക്കായി സ്വർണച്ചങ്ങലയിലൂടെ ഉരുമ്മിയിറങ്ങി. ഹൃദ്യമായ യാത്രയയപ്പായിരുന്നു.

പ്രകാശപ്രളയമുള്ള സ്വർഗലോകത്തുനിന്നും നേരിയ പ്രകാശം മാത്രമുള്ള പുതിയ ലോകത്തേക്കുള്ള യാത്ര! ചങ്ങലയിലൂടെയുള്ള ഉരുമ്മിയിറക്കം രസകരമായിരുന്നു സാഹസികനായ യുവദേവന്. മഞ്ഞുമേഘങ്ങൾ പുതച്ചുകിടന്നിരുന്ന ഒരു പുതിയ ലോകമായ സമുദ്രലോകത്തിനടുത്തെത്തിയത് കോരിത്തരിപ്പിക്കുന്ന പ്രതീക്ഷയോടെയാണ്. തിരമാലകളുടെ ഇരമ്പം, അതുവരെയുണ്ടായിരുന്ന നിശ്ശബ്ദതയെ ഭഞ്ജിച്ചു. യുവദേവൻ താഴോട്ട് നോക്കി. താഴെയെത്താൻ ഇനി നിമിഷങ്ങൾ. അപ്പോഴാണ് മനസ്സിലായത് ചങ്ങലയുടെ മറ്റേ അറ്റമായിരിക്കുന്നു. ഇനി ചാടുകയേ പറ്റൂ. ചങ്ങലയിലെ പിടിവിട്ടാൽ തിരമാലകളിൽ ചെന്ന് വീണ് മുങ്ങിച്ചാകും. എന്തു ചെയ്യണമെന്നാലോചിച്ചപ്പോൾ ജോത്സ്യൻ പറഞ്ഞ വാക്കുകൾ ഓർത്തു. തോളിലെ സഞ്ചിയിൽനിന്നും മണൽ നിറച്ച കക്കാതൊണ്ടെടുത്ത് കടലിലിട്ടു. പുറകെ വെളുത്ത കോഴിയേയും. കോഴി വീണിടത്ത് നിന്ന് മണൽ ചിക്കിത്തുടങ്ങി. തെറിച്ചുവീണ മണൽത്തരികൾ മണൽക്കൂമ്പാരങ്ങളായി. പിന്നീടവ മലകളും താഴ്‌വാരങ്ങളുമായി.

ഒബട്ടാല ചങ്ങലവിട്ട് ഒരു താഴ്‌വാരത്തിലെത്തി. തന്റെ കൈയിലുള്ള പനങ്കുരു അല്പം മണ്ണ് കുഴിച്ച് അതിലിട്ടു. ഉടനെ അത് മുളയ്ക്കുകയും മരങ്ങളുടെ ഒരു കാട് മുന്നിൽ പ്രത്യക്ഷപ്പെടുകയും

ചെയ്തു. അത്ഭുതത്തോടെ യുവദേവൻ നീണ്ടുപരന്നു കിടക്കുന്ന പച്ചപ്പിലേക്ക് നോക്കി 'ഭംഗിയായിരിക്കുന്നു'വെന്ന് പറഞ്ഞു. മരത്തൂണുകൾ സ്ഥാപിച്ച് പനയോല മേഞ്ഞ് ഒരു കൊച്ചു കുടിലുണ്ടാക്കി. മലകളും താഴ്വാരങ്ങളും കടലോരങ്ങളുമൊക്കെയുള്ള ചിത്രസമാനമായ ആ സൗന്ദര്യലോകത്ത് തന്റെ കൊച്ചുകുടിലിൽ ഒബട്ടാല സംതൃപ്തിയോടെ കഴിഞ്ഞു.

യുവദേവനെക്കുറിച്ച് വിവരങ്ങളറിയാതെ ഒളോറൺ തന്റെ സന്ദേശവാഹകനായ ഓന്തിനെ ചങ്ങലവഴി താഴോട്ടിറക്കി. താഴെ ചെന്ന് സുന്ദരമായ പച്ചപ്പ് കണ്ട് അത്ഭുതസ്തബ്ധനായി കുടിലിന്റെ വാതിക്കൽ മുട്ടി.

"ആകാശദേവൻ ഇവിടത്തെ വിശേഷങ്ങളറിയാൻ എന്നെ പറഞ്ഞയച്ചതാണ്." ഓന്ത് പറഞ്ഞു.

"ചുറ്റും നോക്കൂ, കണ്ടില്ലേ, ഞാൻ സൃഷ്ടിച്ച മണ്ണും മരങ്ങളും. മനോഹരമായിട്ടില്ലേ? എനിക്കിവിടെ സുഖമാണെന്നും തുടർന്ന് ഈ സ്വർഗത്തിൽതന്നെ കഴിഞ്ഞുകൂടാനാഗ്രഹിക്കുന്നെന്നും ആകാശദേവനോട് പറയുക. ഒരു ചെറിയ കുറവേയുള്ളൂ ഇവിടെ. അവിടത്തെപ്പോലെ പ്രകാശപ്രളയം ഇല്ല. എപ്പോഴും ഒരു സന്ധ്യാവെട്ടം മാത്രമേയുള്ളൂ." ഒബട്ടാല പറഞ്ഞു.

തിരികെ ചെന്ന് ഓന്ത് വിവരങ്ങൾ ധരിപ്പിച്ചു. ഒളോറണിന് ആ വാർത്ത അമൃതുപോലെ രുചികരമായിരുന്നു.

"ഊർജ്ജസ്വലനും ഭാവനാസമ്പന്നനുമാണയാൾ. വിജയിക്കുമെന്ന് ഉറപ്പുണ്ടായിരുന്നു എനിക്ക്." ദേവൻ സ്വയം ഉരുവിട്ടുകൊണ്ട് തിളങ്ങുന്ന ഒരു പ്രകാശഗോളം സൃഷ്ടിച്ച് ആകാശമുറ്റത്തേക്ക് തട്ടിക്കൊടുത്തു.

കിഴക്ക് ചക്രവാളത്തിൽ പുതിയൊരു പ്രകാശഗോളം ഉദിച്ചുയർന്നപ്പോൾ ഒബട്ടാലയുടെ ആനന്ദത്തിന് അതിരില്ലായിരുന്നു. കറുത്തപൂച്ചയെയും വെളുത്ത കോഴിയെയും മടിയിലിരുത്തി യുവദേവൻ ആനന്ദാശ്രുക്കൾ പൊഴിച്ചു. കോഴിക്കും പൂച്ചയ്ക്കും കുഞ്ഞുങ്ങളുണ്ടായി. കൂടാതെ മറ്റു മൃഗങ്ങളുമുണ്ടായി.

പക്ഷേ തന്നോടുകൂട്ടുകൂടാനും ആശയവിനിമയത്തിനും ഒരാളില്ലല്ലോ എന്നോർത്തപ്പോൾ മനസ്സ് അസ്വസ്ഥമായി. വെറുതെ കുറച്ച് കളിമണ്ണെടുത്ത് കുഴച്ച് തന്റെ രൂപംപോലെ തലയും കൈയും കാലുമൊക്കെയുള്ള രൂപങ്ങളുണ്ടാക്കി. അവയോട് കൊച്ചുവർത്തമാനം പറഞ്ഞു. മറുപടിയൊന്നും പറയാനാകാത്ത രൂപങ്ങളെ നോക്കിയിരുന്ന് സമയം കളഞ്ഞു. വെയിലിൽ കുറേ നേരമിരുന്നതിനാൽ ദാഹമുണ്ടായി. പനമരത്തിന്റെ നിഴലിലേക്ക് നീങ്ങിയിരുന്നു. തലേ

ദിവസം ഒരായുധംകൊണ്ട് വെട്ടിയ ഭാഗത്തുനിന്നും നീരൊഴുകുന്നുണ്ടായിരുന്നു. അവിടെ ഒരു കലാബാഷ് പാത്രവും വച്ചിരുന്നു. അത് പകുതി നിറഞ്ഞിരിക്കുന്നു. അതെടുത്ത് ആർത്തിയോടെ വലിച്ചു കുടിച്ചു. ദാഹം മാറുവോളം മോന്തിക്കുടിച്ചു. വീണ്ടും തണലിലിരുന്നു. മൺരൂപങ്ങളുണ്ടാക്കി. പക്ഷേ ചിലതിന് കൈയില്ലായിരുന്നു. ചിലതിന് കാലും. കണ്ണില്ലാത്തവരും മുടന്തരുമൊക്കെയുണ്ടായി. തന്റെ തലയ്ക്ക് വെളിവ് നഷ്ടപ്പെടുന്നത് യുവദേവന് മനസ്സിലായി. ആകാശത്തേക്ക് നോക്കി യുവദേവൻ ഉറക്കെ വിളിച്ചുപറഞ്ഞു: “മണ്ണിൽനിന്നും ഞാൻ മനുഷ്യരൂപങ്ങളെയുണ്ടാക്കി. ഇവയ്ക്ക് ജീവൻ നല്കേണ്ടത് ഇനി നീയാണ്.”

യുവദേവന്റെ സൃഷ്ടികർമ്മത്തിൽ സന്തോഷചിത്തനായ ഒളോറൺ രൂപങ്ങളിലേക്ക് ജീവന്റെ വായു ഊതി. രൂപങ്ങൾ കണ്ണുകൾ തുറന്നു; കൈകാലുകളിളക്കി. അത്ഭുതത്തോടെ ചുറ്റിലും നോക്കി. ഒബട്ടാല ആനന്ദനൃത്തമാടി. പക്ഷേ പിറകെ മുടന്തി നടന്നവരെയും അന്ധരെയുമൊക്കെ കണ്ടപ്പോൾ ഒബട്ടാലയുടെ ആനന്ദം പെട്ടെന്ന സ്തമിച്ചു. അയാളുടെ ഹൃദയം നൊന്തു. ഈ അംഗവൈകല്യത്തിന്റെ കാരണക്കാരൻ, കുടിച്ചു ബോധം നഷ്ടപ്പെട്ട താൻ തന്നെയാണല്ലോ എന്നോർത്തപ്പോൾ യുവദേവന്റെ മനസ്സ് നന്നായി നൊന്തു. ലഹരിക്കിനി അടിമയാകില്ലെന്ന് ശപഥം ചെയ്തു.

തന്റെ കൂട്ടാളികളുടെ നന്മയ്ക്കായി ഒബട്ടാല തന്നാലാവതു പ്രയത്നിച്ചു. ആളുകൾ അദ്ദേഹത്തെ ബഹുമാനിക്കുകയും അനുസരിക്കുകയും ചെയ്തു. അംഗവൈകല്യം ബാധിച്ചവരോട് പ്രത്യേക അനുകമ്പ കാണിക്കയും ചെയ്തു.

ആഫ്രിക്കൻ

മുത്തുകൾ

പടിഞ്ഞാറെ ആഫ്രിക്കയിൽ നൈജീരിയയിലെ ‘യൊറുബ’ വർഗ്ഗക്കാർക്കിടയിലെ സൃഷ്ടിയുടെ കഥയാണിത്. തന്റെ മേഖലയായ സമുദ്രം നികത്തി ഭൂമിയും മറ്റ് ജീവജാലങ്ങളേയും സൃഷ്ടിച്ചതിൽ കോപിഷ്ടയായി സമുദ്രദേവത, ഒളോകൺ ഒരു പ്രളയമുണ്ടാക്കി എല്ലാം മുക്കികളഞ്ഞു. രക്ഷപ്പെട്ടവർ മലമുകളിൽ കയറി. അവർക്ക് രക്ഷകനായി ഒരു പ്രവാചകൻ അയയ്ക്കപ്പെട്ടത്രെ. ഏഷു (Eshu) എന്ന് പേര്. നന്മ ചെയ്ത് ജീവിക്കാൻ പഠിപ്പിച്ച് അവൻ ആകാശത്തേക്ക് പോയതായും യൊറുബൻ കഥകൾ പറയുന്നു.

■

ഗയ്യയും യുറാനസും
(Gaia and Uranus)

ആദിയിൽ എവിടെയും ഇരുട്ടായിരുന്നു; ഒന്നുമില്ലായ്മയായിരുന്നു. അതിൽനിന്ന് രണ്ട് സൃഷ്ടിശക്തികൾ ജന്മം കൊണ്ടു. ഗയ്യ (Gaia)യും യുറാനസും (Uranus). അമ്മ ഭൂമിയും അച്ഛനാകാശവും. ഈ രണ്ടു ശക്തികളും ചേർന്നപ്പോൾ മഴയുണ്ടായി. താഴ്ന്ന നിലങ്ങൾ ജലാശയങ്ങളായി, ഉയർന്നവ മലകളും കുന്നുകളും. അങ്ങനെ പ്രകൃതിയുണ്ടായി. മൂന്നു സൈക്ലോപ്പുകളും മൂന്ന് രാക്ഷസരും. ഒറ്റക്കണ്ണു മാത്രമുള്ള ഭീമാകാരന്മാരായ സൈക്ലോപ്പുകൾ, ഇടിമുഴക്കങ്ങളുണ്ടാക്കാൻ കഴിവുള്ളവയായിരുന്നു. നൂറുകൈകൾ വീതമുണ്ടായിരുന്ന രാക്ഷസന്മാരും അതിശക്തന്മാർ തന്നെയായിരുന്നു.

ഈ ശക്തന്മാരായ മക്കൾ വളർന്നുവലുതായപ്പോൾ അച്ഛൻ യുറാനസിന് ഭയമായി. തനിക്ക് ഭീഷണിയാണ് മക്കളെന്ന് അച്ഛന് തോന്നിയതുകൊണ്ട് അവരെ പാതാളത്തിൽ തടവിലിട്ടു.

ആകാശം വീണ്ടും മഴ വർഷിച്ചു. അമ്മഭൂമി വീണ്ടും പ്രസവിച്ചു. ആറ് ആണും ആറ് പെണ്ണും. അവർ ടൈറ്റൻസ് എന്നറിയപ്പെട്ടു. ഇളയമകൻ ക്രോണസ് ആയിരുന്നു അവരുടെ ലീഡർ.

തന്റെ ആദ്യമക്കളായ സൈക്ലോപ്പുകളെയും രാക്ഷസരെയും കാണാതെ അമ്മയ്ക്ക് വിഷമമുണ്ടായി. അച്ഛനോട് വൈരാഗ്യവും വർദ്ധിച്ചു വന്നിരുന്നു. ഭർത്താവായ യുറാനസിനെ വകവരുത്താൻ ഇളയ മകൻ ക്രോണസുമായി അമ്മ ധാരണയുണ്ടാക്കി. അച്ഛൻ ഉറങ്ങുന്ന സമയത്ത് ക്രോണസ്സിന്റെ നേതൃത്വത്തിൽ അച്ഛന്റെ കഴുത്തിൽ കത്തി വീണു. മരണസമയത്ത് ക്രോണസ്സിന് ഒരു ശാപം കിട്ടി.

“നിനക്കും ഇങ്ങനെത്തന്നെയായിരിക്കും മരണം, നിന്റെ മക്കളിൽ ഒരുവൻ നിന്നെ വകവരുത്തും.”

അങ്ങനെ ക്രോണസ് പ്രപഞ്ചത്തിന്റെ ദേവനായി. സഹോദരി റിയായെ വിവാഹം കഴിച്ചു. അച്ഛന്റെ ശാപം മനസ്സിലുണ്ടായിരുന്ന

തുകൊണ്ട് സ്വന്തം മക്കളുണ്ടായപ്പോൾ ക്രോണസ് ഒന്നൊന്നായി അവരെ വിഴുങ്ങി. റിയയ്ക്ക് താങ്ങാനാകാത്ത ദുഃഖമുണ്ടായെന്ന് പറയേണ്ടതില്ലല്ലോ.

ആറാമത്തെ കുഞ്ഞ് സ്യൂസ് (Zeus) ജനിച്ചപ്പോൾ അവൾ ആ കുഞ്ഞിനെ വളർത്താൻ ക്രീറ്റ് ദ്വീപിലെ ഒരു ജലദേവതയെ ഏല്പിച്ചു. പകരം കുഞ്ഞിന്റെ വലിപ്പത്തിലുള്ള ഒരു പാറക്കല്ലെടുത്ത് പിള്ളക്കച്ചയിൽ പൊതിഞ്ഞ് ഭർത്താവിനെ ഏല്പിച്ചു. കുഞ്ഞാണെന്നു കരുതി ക്രോണസ് അതും വിഴുങ്ങി.

കുഞ്ഞ് വളർന്നുവന്നപ്പോൾ വളർത്തമ്മയായ ജലദേവത അവനോട് കഥകളെല്ലാം പറഞ്ഞു. സ്യൂസ് കോപംകൊണ്ട് വിറച്ചു. അച്ഛനോട് പ്രതികാരം ചെയ്ത്, വയറ്റിൽ വളർന്നുകൊണ്ടിരുന്ന തന്റെ അഞ്ചു സഹോദരങ്ങളെയും (Poseidon, Hades, Demeter, Hestia and Hera) രക്ഷപ്പെടുത്തി. പാതാളത്തിൽ ചെന്ന് മൂന്ന് സൈക്ലോപ്പുകളെയും മൂന്ന് രാക്ഷസരെയും രക്ഷപ്പെടുത്തി, സ്യൂസ് പ്രപഞ്ചദേവനായി ഒളിമ്പസ് മലയിൽ താമസമാക്കി.

മനുഷ്യരൂപങ്ങളുണ്ടാക്കാൻ ശ്രമിച്ചെങ്കിലും ഉദ്ദേശിച്ച തരത്തിലായില്ല. ടൈറ്റന്മാരിൽ ഇളയവരായ പ്രമീത്തിയസിനെയും അനുജൻ എപ്പിമീത്തിയസിനെയും ഭൂമിയിലേക്കയച്ചു. കളിമണ്ണ് കുഴച്ച് മനുഷ്യരൂപങ്ങളുണ്ടാക്കി ജീവൻ നല്കി. മനുഷ്യരോട് പ്രമീത്തിയസിന് കരുണയും സ്നേഹവുമായിരുന്നു. അവരെ പലതരത്തിലും ഈ ദേവന്മാർ സഹായിച്ചുകൊണ്ടിരുന്നു. വഞ്ചി തുഴയാനും ചെടികളിൽനിന്നും മരുന്നുകളുണ്ടാക്കുന്നതിനുമൊക്കെ പഠിപ്പിച്ചു. ദേവന്മാരെ പ്രീതിപ്പെടുത്താൻ മൃഗബലി ചെയ്യാൻ പഠിപ്പിച്ചു. ഹെഫീസ്റ്റസ് ദേവന്റെ പണിപ്പുരയിൽനിന്നും ആരും കാണാതെ അഗ്നി മോഷ്ടിച്ചെടുത്ത് മനുഷ്യന് നല്കിയതായിരുന്നു ഏറ്റവും വലിയ സഹായം. മനുഷ്യന്റെ പിന്നീടുള്ള വളർച്ചയ്ക്ക് അടിസ്ഥാനമായത്, ഈ അഗ്നിമോഷണം തന്നെയായിരുന്നു. ശരീരത്തിന് ചൂട് നല്കാനും ഭക്ഷണം പാകം ചെയ്ത് കഴിക്കുന്നതിനും പണിപ്പുരകൾ ആരംഭിച്ച് നിർമ്മാണപ്രവർത്തനങ്ങൾക്കായുമൊക്കെ ഈ അഗ്നി മനുഷ്യനെ സഹായിച്ചു.

മനുഷ്യനെ ദൈവങ്ങളുടെ ഉയരത്തെത്തിക്കാൻ ശ്രമിച്ചതിൽ സ്യൂസ് ദേവന് വല്ലാത്ത അമർഷമുണ്ടായി. കൊക്കാസസ് മലമുകളിൽ വിരിച്ച പാറമേൽ ഇരുകൈകളും ഇരുവശങ്ങളിലേക്ക് ചങ്ങലകളാൽ വലിച്ചുകെട്ടി ബന്ധനസ്ഥനായി കിടക്കുക; പകൽ സമയത്ത് ഒരു കഴുകൻ വന്ന് നെഞ്ചിൻകൂട് കൊത്തിപ്പൊളിച്ച് കരൾ കൊത്തിത്തിന്നുക, രാത്രി വീണ്ടും വളരുന്ന കരൾ അടുത്ത ദിവസം വീണ്ടും കഴുകൻ വന്ന് തിന്നുക, നാളുകളോളം അവസാനിക്കാത്ത വേദന തിന്നുക... ഇതായിരുന്നു അഗ്നിമോഷണത്തിന് പ്രമീത്തിയസിന് അനുഭവിക്കേണ്ടിയിരുന്ന ശിക്ഷ.

അഗ്നിയുടെ ഉപയോക്താവായ മനുഷ്യനും ശിക്ഷയുണ്ടായിരുന്നു. എന്താണെന്നോ? ഒരു സ്ത്രീയെ സൃഷ്ടിച്ച് ഭൂമിയിലേക്കയയ്ക്കുക. ആദ്യത്തെ സ്ത്രീ, അവരുടെ പേര് പെൻഡോറ. ഹെഫീസ്റ്റസ് ദേവന്റെ പണിപ്പുരയിൽ സുന്ദരിയായ ആഫ്രഡൈറ്റി അവൾക്ക് വേണ്ടത്ര സൗന്ദര്യം നല്കുന്നു. അഥീനാ ദേവത ബുദ്ധികൊടുക്കുന്നു; ഹെർമിസ് ദേവൻ സാമർത്ഥ്യവും സൂത്രങ്ങളും പഠിപ്പിക്കുന്നു. ചിലർ ആഭരണങ്ങൾ, വശീകരണതന്ത്രം എന്നിവയും നല്കുന്നു. സ്യൂസ് ദേവൻ ഒരു പെട്ടിയും നല്കി. അത് തുറക്കരുതെന്നും കല്പിച്ച് ഭൂമിയിലേക്കയയ്ക്കുന്നു. ആദ്യമനുഷ്യസ്ത്രീയുടെ ജന്മം അങ്ങനെയാണ്. തുറക്കാൻ പാടില്ലെന്നു പറഞ്ഞ പെട്ടി തുറന്ന് സ്യൂസ് പ്രതീക്ഷിച്ച ലക്ഷ്യത്തിൽതന്നെ അവളെത്തുന്നു.

ഗ്രീക്ക്

■

ആഹുറ മസ്ഡായും ആഹ്റിമാനും
(Ahura Mazda and Ahriman)

ആദിമദൈവമായ 'സമയം (time), സുർവാൻ (Zurvan) എന്ന പേരിലാണ് പേർഷ്യയിൽ അറിയപ്പെട്ടിരുന്നത്. കാലക്രമത്തിൽ അദ്ദേഹത്തിന് രണ്ടു മക്കളുണ്ടായി. ബുദ്ധിമാനായ ആഹുറ മസ്ഡായും (Ahura Mazda), കുബുദ്ധിയായ ആഹ്റിമാനും (Ahriman). മൂത്തവൻ ലോകം ഭരിക്കുമെന്ന് പിതാവ് പ്രവചിച്ചിരുന്നു.

ആഹുറാ മസ്ഡായാണ് പ്രപഞ്ചത്തിന് രൂപം നല്കിയത്. സൂര്യചന്ദ്ര, നക്ഷത്ര ദിക്കുകൾ സൃഷ്ടിച്ചതും മസ്ഡാ തന്നെ. പിന്നീട് ആദ്യമനുഷ്യന് രൂപം നല്കി; കെയുമാർട്ട് (Keyumart) എന്ന പേരും നല്കി. അതോടൊപ്പം നല്ല മനസ്സിന്റെ ഉടമയുമാക്കി.

പ്രപഞ്ചത്തിന് നല്ല രൂപവും ഭാവവും കൈവരുകയും അതിൽ നല്ല മനസ്സുള്ള ഒരു മനുഷ്യൻ സൃഷ്ടിക്കപ്പെടുകയും ചെയ്തപ്പോൾ ആഹ്റിമാന് അതത്ര പിടിച്ചില്ല. അസൂയ മൂത്ത അയാൾ ദുരാത്മാക്കളെയും ദുഷ്ടജന്തുക്കളെയും സൃഷ്ടിച്ചു; പട്ടിണിയും രോഗങ്ങളും സൃഷ്ടിച്ചു; വേദനയും മരണവും സൃഷ്ടിച്ചു. ചേട്ടൻ ചെയ്യുന്നതിന്റെ നേരെ വിപരീതം.

കെയുമാർട്ട് എന്ന ആദിമമനുഷ്യന്റെ ബീജം ശേഖരിച്ച് മസ്ഡാ ആദിമദമ്പതികളെ സൃഷ്ടിച്ചു. മാഷിയാ എന്ന പുരുഷനെയും മാഷിയോ എന്ന സ്ത്രീയെയും.

നന്മയും തിന്മയും തമ്മിലുള്ള മത്സരം തുടർന്നുകൊണ്ടേയിരുന്നു, തിന്മ ചെയ്യുന്ന സഹോദരനെ ഇല്ലാതാക്കാൻ മസ്ഡാ ശ്രമിച്ചില്ല; പകരം കൂടുതൽ നന്മ ചെയ്തുകൊണ്ടേയിരുന്നു. മാത്രമല്ല, മസ്ഡാ ദേവൻ മനുഷ്യവർഗ്ഗത്തിനൊരു ആയുധം നല്കി. എന്താണെന്നല്ലേ? നന്മ തിന്മകളിൽനിന്നും നന്മ മാത്രം തിരഞ്ഞെടുക്കാനുള്ള കഴിവ്. അതായത് Freedom to choose അതായിരുന്നു ആയുധം.

പേർഷ്യൻ

മുത്തുകൾ

നന്മയും തിന്മയും തമ്മിലുള്ള പോരാട്ടത്തിന്റെ കഥ തന്നെയാണ് ഏതു സംസ്കാരത്തിന്റെയും മതത്തിന്റെയും മിത്തുകളിൽ കാണുന്നത്. ഈ പേർഷ്യൻ മിത്തിലും അതുതന്നെയാണ് നാം കാണുന്നത്.

550-330 BCE യിൽ അക്കിമിനിഡ് ചക്രവർത്തിയുടെ കാലത്ത് പേർഷ്യയിൽ (ഇന്നത്തെ ഇറാൻ) നിലനിന്നിരുന്ന സൊറാസ്ട്രിയൻ കഥകളിലൊന്നാണിത്. ഏഴും എട്ടും നൂറ്റാണ്ടുകളിൽ പേർഷ്യയിലും ഇന്ത്യയിലും സൊറാസ്ട്രിയൻ സ്വാധീനമുണ്ടായിരുന്നു. Zorastrianism ഒരു ഇറാനിയൻ മതമാണ്. സൊറാസ്റ്റർ (Zoraster) എന്ന പ്രവാചകന്റെ പഠനങ്ങളാണ് ഇവരുടെ വിശ്വാസത്തിനാധാരം. നന്മയും തിന്മയും തമ്മിലുള്ള ഏറ്റുമുട്ടൽ തുടർന്നുകൊണ്ടേയിരിക്കും, അവസാനം നന്മ ജയിക്കും എന്ന് ആഹുറാ മസ്ഡായുടെ ജീവിതം തന്നെ കാണിച്ചു തരുന്നു. "നല്ല വാക്ക്, നല്ല ചിന്ത, നല്ല പ്രവർത്തി" ഇതാണ് അവരുടെ മുദ്രവാക്യം.

Mazda കാറിന് ജാപ്പനിസ് കമ്പനി ആ പേരു നല്കിയതിന്റെ കാരണം മറ്റൊന്നുമല്ല. പ്രകാശം, ബുദ്ധി എന്നൊക്കെയാണ് ആ വാക്കിനർത്ഥം. അതുകൊണ്ടുതന്നെയാണ് ആ കാറിന് ഒരു ദൈവത്തിന്റെ പേര് നൽകിയത്. നന്മ തിരഞ്ഞെടുക്കാനുള്ള സ്വാതന്ത്ര്യം (Freedom to Choose) എല്ലാ മനുഷ്യർക്കുമുണ്ട്. മസ്ഡാ എന്ന ദേവൻ ജനങ്ങൾക്ക് നല്കിയ പാഠം അതുതന്നെ.

എല്ലാ സൃഷ്ടി കർമ്മങ്ങളിലും ഈ നന്മതിന്മകൾ തന്നെയാണ് അടിസ്ഥാന തത്ത്വം. ദ്വിമുഖത്വം എല്ലാ മതങ്ങളിലും ദൃശ്യമാണ്. സ്വർഗ്ഗവും നരകവും, മാലാഖയും പിശാചും, സുരനും അസുരനും, ഇരുട്ടും വെളിച്ചവും, സൃഷ്ടിയും സംഹാരവും, സന്തോഷവും ദുഃഖവും, സത്യവും അസത്യവും, യുദ്ധവും സമാധാനവും, സ്നേഹവും വെറുപ്പും... എന്നിങ്ങനെ എത്രയോ ഡൈക്കോട്ടമികൾ. നന്മയും തിന്മയും പണ്ടു മുതലേ ഉണ്ടായിരുന്നു. നന്മയിലേക്ക് ചലിക്കുക, അതുതന്നെയാണ് ഏതു മതത്തിന്റെയും അടിസ്ഥാനശില.

■

ജീവന്റെ മരം
(Tree of Life)

ഡെന്മാർക്ക്, നോർവെ, സ്വീഡൻ എന്നീ രാജ്യങ്ങളാണ് നോഴ്സ് സംസ്കാരത്തിന്റെ ഉറവിടങ്ങൾ.

നോഴ്സ് പുരാണ കഥകളിലാണ് സൃഷ്ടിയുടെ ഈ കഥ വായിക്കാൻ കഴിയുന്നത്. ഈ പ്രപഞ്ചത്തിൽ ഒമ്പത് ലോകങ്ങളുണ്ടെന്നാണവരുടെ വിശ്വാസം. ഹിന്ദു, മിത്തുകളിൽ 'ഈരേഴുപതിന്നാല്' ലോകങ്ങളുള്ളതായി വിശ്വസിക്കപ്പെടുന്നതുപോലെ.

നോഴ്സ് വിശ്വാസത്തിൽ ഈ ഒമ്പതു ലോകങ്ങളെയും ബന്ധപ്പെടുത്തി ഒരച്ചുതണ്ടായി നില്ക്കുന്നത് യ്ഗ്ഡ്രസിൽ (yggdrasil) എന്നു പേരായ ഒരു ഭീമൻ വൃക്ഷമാണ്.

അസ്ഗാഡ്(Asgard), മിഡ്ഗാഡ് (Midgard), ഹെൽ (Hel) എന്നീ മൂന്ന് പ്രധാന മേഖലകളായി അവ നിലനില്ക്കുന്നു.

അസ്ഗാഡ് ദേവന്മാർക്കുള്ള ലോകം; മിഡ്ഗാഡ് ജീവനുള്ളവയ്ക്കുള്ള ലോകം; ഹെൽ ആത്മാക്കളുടെ ലോകം. ദേവലോകവും ജീവനുള്ളവയുടെ ലോകവും തമ്മിൽ ഏഴുവർണ്ണമുള്ള ഒരു പാലത്താൽ ബന്ധിതമാണ്. ഏഴുവർണ്ണമുള്ള ആ പാലം ഏതാണെന്നിപ്പോൾ മനസ്സിൽ വന്നില്ലേ? മഴവിൽ പാലം. (Rainbow Bridge) മഴവിൽ പാലത്തിലൂടെയാണ് സന്ദേശവാഹകരുടെ വരവും പോക്കും. മഴവിൽ പാലത്തിന്റെ മറ്റേ അറ്റം ഒരു വലിയ പാത്രം സ്വർണ്ണത്തിലാണ് ചെന്നവസാനിക്കുന്നതെന്ന് ഐറിഷ് മിത്തുകളിൽ കാണുന്നു.

യ്ഗ്ഡ്രസിൽ മരം ജീവന്റെ മരം (Tree of life) എന്നാണറിയപ്പെടുന്നത്. മരത്തിൽ ചില ജീവികളുണ്ട്. അതിന്റെ ഇലകൾതിന്ന് ജീവിക്കുന്ന നാല് മാനുകൾ, മുകളിലെ ചില്ലയിൽ ചേക്കേറുന്ന പരുന്ത് - അതിന്റെ ചിറകടിയാണത്രെ കാറ്റായി മാറുന്നത് - വൃക്ഷത്തിന്റെ വേരുകൾ കടിച്ചു നശിപ്പിച്ചുകൊണ്ടിരിക്കുന്ന നിധോഗ് എന്നു പേരായ ഒരു സർപ്പം, മുകളിലേക്കും താഴോട്ടും ഓടി നടന്നു

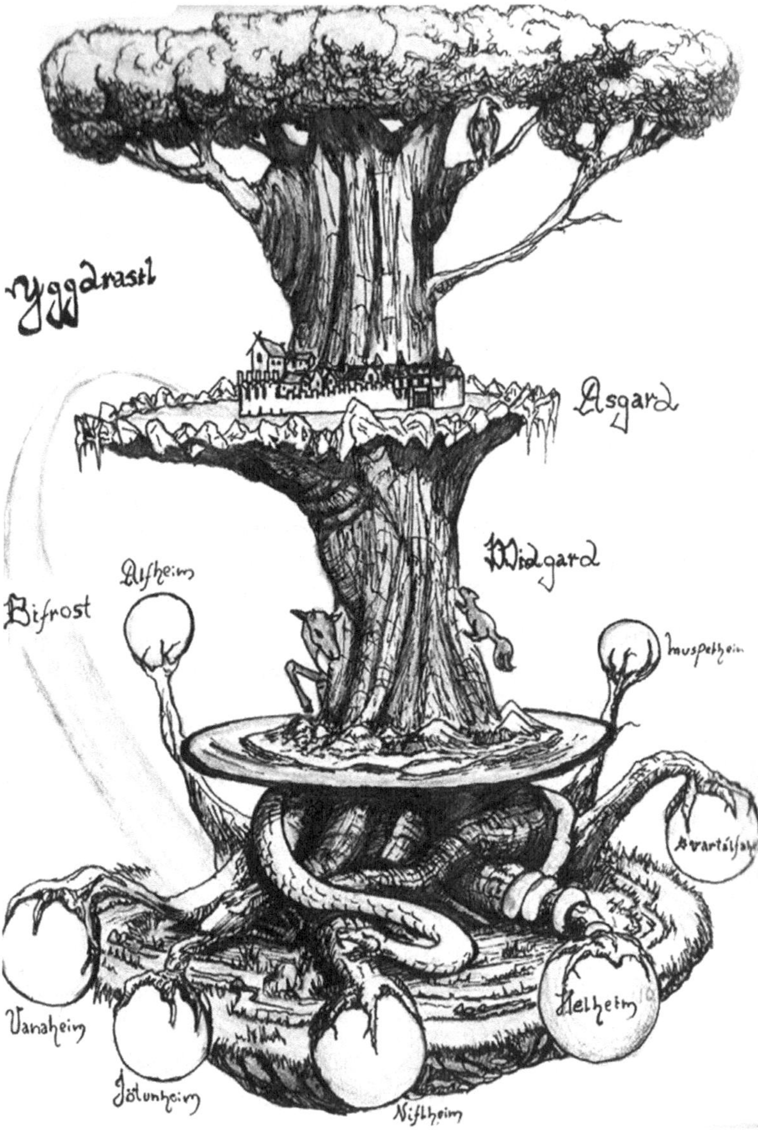

വാർത്തകളെത്തിക്കുന്ന ഒരു അണ്ണാൻ (Ratatook) എന്നിവയാണ് പ്രപഞ്ചവൃക്ഷവുമായി ബന്ധപ്പെട്ട മൃഗങ്ങൾ. ആ വൃക്ഷം എങ്ങനെ യുണ്ടായി എന്നൊരിടത്തും പറഞ്ഞുകാണുന്നുമില്ല. സർപ്പദംശന മേറ്റ് ജീവന്റെ വൃക്ഷം ജീർണ്ണിച്ചുപോകാതെ പരിചരിക്കാൻ, വിധി

കന്യകമാർ എന്നറിയപ്പെടുന്ന മൂന്ന് കന്യകമാരുമുണ്ട്. ഈ ഒമ്പതു ലോകങ്ങളേയും അതിന്റെ അച്ചുതണ്ടായി നില്ക്കുന്ന യ്ഗ്ഡ്രസ്സിൽ മരത്തേയും ഭരിക്കുന്നത് ഓഡിൻ (Odin) എന്ന ദേവനാണ്. അദ്ദേഹത്തിന്റെ ഇരുതോളുകളിലുമിരിക്കുന്ന രണ്ടു പരുന്തുകൾ അദ്ദേഹത്തിന് വാർത്തകളെത്തിച്ചുകൊടുക്കുന്നതിൽ നിപുണരാണ്.

ഓഡിന്റെ മകനാണ് കാലാവസ്ഥയുടെ (മിന്നൽ, ഇടി എന്നിവയുടെ) ദേവനായ തോർ (Thor). ശത്രുസംഹാരം നടത്താനുള്ള അദ്ദേഹത്തിന്റെ ആയുധം വലിയ ഒരു ചുറ്റികയാണ്.

നോർവെ, സ്വീഡൻ, ഡെന്മാർക്ക് എന്നീ സ്ഥലങ്ങളിൽ സാധാരണ കാണപ്പെടുന്ന സ്നോ, തീയുമായി കൂടിച്ചേർന്ന് ഒരു രാക്ഷസനും ഒരു പശുവും ഉണ്ടായത്രേ. ആ പശു ഐസിൻ നക്കി ആദ്യ മനുഷ്യനെ ജനിപ്പിച്ചു എന്നാണ് അവരുടെ വിശ്വാസം.

നോഴ്സ്

മുത്തുകൾ

ദിവസങ്ങളുടെ പേരുകൾ വന്നത്:

ഞായറും(Sunday) തിങ്കളും(Monday) റോമാക്കാരുടെ സംഭാവനയാണ്. എങ്കിലും ഡെന്മാർക്ക്, സ്വീഡൻ, നോർവെ എന്നീ രാജ്യങ്ങളുടെ പുരാണമായ നോഴ്സ് മിത്തുകളാണ് ഇംഗ്ലീഷിൽ നാമിന്നുപയോഗിക്കുന്ന ദിവസപ്പേരുകൾക്കാധാരം.

Sunday (Sun's day)

നോഴ്സ് പുരാണങ്ങളിൽ സൂര്യൻ ദേവതയാണ്. ദേവതയുടെ പേര് സോൾ (Sol). ഇംഗ്ലീഷിൽ Sun. അങ്ങനെ സൂര്യദേവതയുടെ ദിവസം, Sun's day അഥവാ Sunday ആയി മാറി.

Monday (Moon's day)

ഫ്രഞ്ച് ഭാഷയിൽ ചന്ദ്രൻ, (Moon) അറിയപ്പെടുന്നത് Luna എന്ന വാക്കിലാണ്. തിങ്കളാഴ്ച അവർക്ക് 'Lundi' ആണ്. നോഴ്സിൽ Moonന് പകരമുള്ള വാക്ക് 'Mani' ആണ്. അങ്ങനെ mani's day അഥവാ moon's day ഇന്നത്തെ Monday ആയി മാറി.

Tuesday (Tyr's. day)

നോഴ്സിൽ യുദ്ധത്തിന്റെയും നീതിയുടെയും ദേവനാണ് 'Tyr' അഥവാ 'Tir'. അദ്ദേഹത്തിന്റെ ബഹുമാനാർത്ഥം Tyr's day നമുക്ക് Tuesday ആയി.

Wednesday (Woden's day)

നോഴ്സ് പുരാണത്തിൽ All Father എന്നറിയപ്പെടുന്ന സർവ്വ

ശക്തനായ ദേവനാണ് ഓഡിൻ (Odin or Woden) Woden's day അങ്ങനെ Wednesday ആയി.

Thursday (Thor's day)

മിന്നലിന്റെയും ഇടിമുഴക്കത്തിന്റെയും ദേവനാണ് ശക്തനായ 'തോർ' (Thor). വലിയൊരു ചുറ്റികയുമായാണ് അദ്ദേഹം കാണപ്പെടുക. അങ്ങനെ Thor's day ആണ് Thursday ആയിമാറിയത്.

Friday (Freya's day)

വോഡന്റെ (Woden) ഭാര്യയായ ഫ്രെയാ (Freya or Frigg) പ്രണയത്തിന്റെ ദേവതയാണ്. റോമക്കാർക്ക് വീനസ് ഉള്ളതുപോലെ. അവർക്കായുള്ള ദിനമാണ് Freya's day or Frigg's day. അത് Friday ആയി മാറി.

Saturday (Saturn's day)

കുളിക്കാനും കഴുകാനുമുള്ള ദിവസം അഥവാ 'hot water day' എന്ന് നോഴ്സ് പുരാണത്തിൽ പറയപ്പെടുന്ന ദിവസമാണ് സാറ്റർഡെ. നല്ല തണുപ്പുള്ള കാലാവസ്ഥയിൽ ഇടയ്ക്കല്പം ചൂട് ആസ്വദിക്കാൻ ആരാണാഗ്രഹിക്കാത്തത്? റോമക്കാർ ആരാധിക്കുന്ന ഒരു ദേവനാണ് Saturn. സൂര്യനിൽ നിന്നുള്ള ആറാമത്തെ ഗ്രഹവുമാണ് സാറ്റേൺ. അങ്ങനെ സാറ്റേണിനോടുള്ള ബഹുമാനാർത്ഥം Saturn's day നമുക്ക് വിശ്രമത്തിന്റെയും ആഹ്ലാദത്തിന്റെയും ദിനമായ Satur day ആയി. 'സാറ്റർനേലിയ' എന്ന ഒരു ഉത്സവവും ആഘോഷിക്കപ്പെടുന്നുണ്ട്. ഞായറും (Sunday) തിങ്കളും Monday) ശനിയും (Saturday) മനുഷ്യജീവിതത്തിൽ വളരെ സ്വാധീനം ചെലുത്തുന്ന ചില ആകാശഗോളങ്ങളുമായി ബന്ധപ്പെട്ടു കിടക്കുന്നെങ്കിൽ, ചൊവ്വ (Tuesday), ബുധൻ (Wednesday), വ്യാഴം (Thursday), വെള്ളി (Friday) എന്നിവ നോഴ്സ് പുരാണങ്ങളിൽ അവരുടെ ശക്തരായ ദേവന്മാരുടെ (ദേവതമാരുടെ) ഓർമ്മയ്ക്കായി നിലകൊള്ളുണു.

ആഴ്ച ആരംഭിക്കുന്നത് Day of the Moon (Monday) മുതലും അവസാനിക്കുന്നത് Day of the Sun അതായത് Sunday യിലുമാണ്. മറ്റ് രീതികളിലുള്ള വ്യാഖ്യാനങ്ങളുമുണ്ട്.

ഡാനിഷ് ഭാഷയിൽനിന്നുമാണ് പ്രധാനമായും ദിവസങ്ങളുടെ പേരുകൾ രൂപം കൊണ്ടതെന്നും പിന്നീടുണ്ടായ സാംസ്കാരിക കൂടിച്ചേരലുകൾ ഇന്നുപയോഗിക്കുന്ന ഇംഗ്ലീഷ് വാക്കുകളിലെത്തിച്ചതാണെന്നും കരുതപ്പെടുന്നു.

■

ഒസിറിസ്

(Oziris)

ആകാശത്തിന്റെയും ഭൂമിയുടെയും മകനാണ് ഒസിറിസ്, ഈജിപ്ത് ചരിത്രത്തിൽ. സുമുഖനും ദൃഢഗാത്രനും അസാധാരണ ഉയരമുള്ള വനുമാണ് ഒസിറിസ്. ചാന്ദ്രദേവതയായ ഐസിസ് ആണ് ഒസിറി സിന്റെ ഭാര്യ. ഭക്ഷണം, വീഞ്ഞ്, കൃഷിയുപകരണങ്ങൾ എന്നിവ യുടെ ദേവനും ദേവിയുമാണ് ഇരുവരും.

ഹിംസയുടെ ശത്രുവും ശാന്തതയുടെ മിത്രവുമായിരുന്നു എന്ന തുകൊണ്ട് ഈജിപ്തുകാർ ഒസിറിസിനെ 'നല്ലവൻ' എന്നു വിളി ച്ചു. എന്നാൽ സഹോദരനായ സെത്ത് വാശിക്കാരനും അക്രമിയു മായിരുന്നു. അസൂയ മൂത്ത സെത്ത് സഹോദരനെ ഒരു സദ്യയ്ക്ക് ക്ഷണിക്കുകയും ഒരു പെട്ടിയിൽ ബന്ധിച്ച് നൈൽ നദിയിൽ ഒഴു ക്കുകയും ചെയ്തു.

അധികാരം പിടിച്ചടക്കിയ സ്വാർത്ഥിയായ സെത്ത് ഒരു ഏകാ ധിപതിയായി. തന്റെ ഭർത്താവിന്റെ മരണത്തിൽ ദുഃഖിതയായ ഐസിസ് അദ്ദേഹത്തിന്റെ ശവശരീരമെങ്കിലും തിരിച്ചു ലഭിക്കാൻ അന്വേഷണം തുടർന്നു.

ബിബ്ലോസ് എന്ന ദിക്കിൽ പുഴയോരത്തെ ഒരു വൃക്ഷച്ചുവട്ടിൽ കണ്ടെത്തിയ പെട്ടിയിൽ ഏതാണ്ട് മുക്കാൽ ഭാഗവും മരിച്ച മട്ടിൽ നിശ്ചലമായ ശരീരം കിട്ടി. രഹസ്യമായി കൊട്ടാരത്തിലെത്തിച്ച് പ്രഥമശുശ്രൂഷകൾ നൽകി നോക്കിയെങ്കിലും മണിക്കൂറുകൾ ക്കുള്ളിൽ തന്നെ ദീർഘശ്വാസം വലിച്ചു എന്നും അതിന് മുമ്പ് ഐസിസ് ദേവത ഒസിറിസിൽനിന്നും ഗർഭിണിയായെന്നുമാണ് ഐതിഹ്യം. ആ മകൻ, ഹോറസ്, വളർന്ന് തിന്മയുടെ പ്രതീകമായ സെത്തിനോട് പ്രതികാരം ചെയ്ത് പിതാവിന്റെ ആത്മശാന്തി നേടി യെന്നാണ് കഥാന്ത്യം.

ഈജിപ്ഷ്യൻ

മുത്തുകൾ

നന്മയുടെ പ്രതീകമായ ഒരു പിതാവിന്റെയും വിശ്വസ്തതയുടെയും സ്നേഹത്തിന്റെയും പര്യായമായ ഭർതൃമതിയായ ഒരു ഭാര്യയുടെയും അവരുടെ ദാമ്പത്യത്തിന് മധുരം പകർന്ന് ഒരു മകന്റെയും കഥയാണിത്. പിതാവിന്റെ യശസ്സ് നിലനിർത്താൻ ശത്രു സംഹാരം നടത്തിയ മകൻ ഹോറസ് ബുദ്ധിമാനും ഈജിപ്ത് ജനതയുടെ കണ്ണിലുണ്ണിയുമായ ചക്രവർത്തിയായി മാറി. പുരാതന ഈജിപ്തിൽ ഒസിറിസിനായി ആരാധനാലയങ്ങൾ വരെ പണികഴിപ്പിക്കപ്പെട്ടു. മകൻ ഹോറസും പിന്നീട് ദിവ്യത്വത്തിലേക്കുയർന്നു.

അതൊന്നുമില്ലെങ്കിലും നല്ലൊരു കുടുംബകഥ, കുടുംബത്തിനോടും ഭർത്താവിനോടും പൂർണ്ണ സമർപ്പണം നടത്തിയ ഒരു സ്ത്രീരത്നത്തിന്റെ കഥ. ദുഃഖത്തിലും സുഖത്തിലും പങ്കാളിക്കൊപ്പം കഴിഞ്ഞ ഒരു സ്ത്രീയുടെ മാതൃകാപരമായ കഥ.

മകൻ ഹോറസിന്റെ ജന്മം ശാസ്ത്രീയമായി അംഗീകരിക്കാൻ നമുക്കിന്നാകില്ലെങ്കിലും പഴയ വിശ്വാസത്തിന്റെ ഒരു കഥയായി നമുക്കതിനെ കണക്കാക്കാം. അരിശം പൂണ്ട സഹോദരൻ സെത്ത് ഒസിറിസിന്റെ ശരീരം പതിന്നാലു കഷണങ്ങളാക്കി വെട്ടി കടലിലെറിഞ്ഞെങ്കിലും അവയെല്ലാം ശേഖരിച്ചെടുത്ത് പച്ച മരുന്നുകളുടെ സഹായത്തോടെ സൂക്ഷിച്ചുവച്ചെന്നാണ് വായിക്കപ്പെടുന്നത്. ശവശരീരങ്ങൾ സൂക്ഷിച്ചുവയ്ക്കുന്ന ഈജിപ്തുകാരുടെ ഈ പതിവിനെ മമ്മിഫിക്കേഷൻ (mummification) എന്നു പറയുന്നു. പുനർജന്മത്തിൽ വിശ്വസിക്കുന്നവരാണിവർ. ആന്തരാവയവങ്ങൾ മാറ്റി

ശരീരം ഉണക്കിയെടുത്ത്, മരുന്നുകളുപയോഗിച്ച് അഴുകിപ്പോകാതെ സൂക്ഷിക്കലാണ് മമ്മിഫിക്കേഷൻ. 3000 വർഷങ്ങൾ വരെ പഴക്കമുള്ള മമ്മികൾ ഇന്നും ഈജിപ്തിലുണ്ട്.

ഈജിപ്തിലെ പിരമിഡുകൾക്കുള്ളിൽ പുരാതനകാലത്തെ ഫറവോമാരുടെ ശരീരങ്ങൾ ഇതുപോലെ മമ്മിയാക്കി വച്ചിട്ടുണ്ട്. മരിച്ച രാജാക്കന്മാരോടൊപ്പം മരണാനന്തരം ജീവിതത്തിനാവശ്യമായ ഭക്ഷണങ്ങളും വിളമ്പാൻ ജീവനുള്ള ആശ്രിതരുമൊക്കെ മമ്മികളാക്കി മറവ് ചെയ്യപ്പെടാറുണ്ടത്രെ.

ചേട്ടനും അനുജനും തമ്മിലുള്ള വഴക്കുകളും തുടർന്നുള്ള കൊലപാതകവുമെല്ലാം മിക്ക മിത്തുകളിലും കാണുന്നതാണ്.

■

ബബാ യഗാ
(Baba Yaga)

കുട്ടികളെ വിഴുങ്ങി വിശപ്പടക്കുന്ന ഒരു ദുഷ്ടസ്ത്രീയാണ് റഷ്യൻ നാടോടിക്കഥകളിലെ ബബാ യഗാ.

ഒരു നോട്ടംകൊണ്ടുപോലും ആളുകളെ കല്ലാക്കി മാറ്റാൻ കഴിയുമായിരുന്നത്രെ അവർക്ക്. കുട്ടികളുടെ തലയോട്ടികൾ ശേഖരിച്ച് തന്റെ തോട്ടത്തിന്റെ വേലി അലങ്കരിക്കുക അവർക്ക് ഹരമായിരുന്നു. അവരുടെ വീടുതന്നെ, ഒരു കോഴി അതിന്റെ ഇരുകാലുകളിൽ നില്ക്കുന്നപോലെയായിരുന്നു നിർമ്മിക്കപ്പെട്ടിരുന്നത്. കറുത്തൊരു പൂച്ചയും ഭീകരരൂപിയായ ഒരു നായയും അവരുടെ കൂടെ എപ്പോഴും കാണുമായിരുന്നു. അരയ്ക്കാനുള്ളൊരു പാത്രവും (Mortar) അരക്കോലും (pestle) എപ്പോഴും കൂടെ കാണും. അരക്കോൽ വായുവിൽ തുഴഞ്ഞ് പറന്നാണ് യാത്ര.

മരിയാസ എന്ന ബാലിക അവളുടെ രണ്ടാനമ്മയുടെ കൂടെയായിരുന്നു താമസം. വളരെ ക്രൂരമായാണ് രണ്ടാനമ്മ അവളോട് പെരുമാറിയിരുന്നത്. വീട്ടിൽ നിന്നൊഴിവാക്കാൻ ഒരു ദിവസം അവർ ക്രൂരയായ ബബാ യഗായുടെ വീട്ടിലേക്ക് ഒരു സൂചിയും നൂലും കടം വാങ്ങാൻ അവളെ വിടുന്നു. അവിടെ പോയവരാരും ജീവനോടെ തിരിച്ചുവരില്ലെന്ന് രണ്ടാനമ്മയ്ക്ക് നല്ല ബോധ്യവുമായിരുന്നു.

വഴിക്ക് വച്ച് മരിയാസ തന്റെ അമ്മായിയുടെ വീടും സന്ദർശിക്കുന്നു. അവരുടെ നായ അക്രമിക്കുമെന്നും നല്ല പ്രകൃതമുള്ള പൂച്ചയുടെ സഹായം തേടണമെന്നും അമ്മായി ഉപദേശിക്കുന്നു. ബബാ യഗായുടെ വീട്ടിലെത്തിയ മരിയാസ ആദ്യം തന്നെ പൂച്ചയെ കണ്ട് സഹായം തേടി. ഒരു ടവലും ചീപ്പും കൊടുത്തുകൊണ്ട് പൂച്ച പറഞ്ഞു: "തിരിഞ്ഞു നോക്കാതെ ഓടിക്കോ. അവർ നിന്നെ ഇപ്പോൾതന്നെ വിഴുങ്ങും. വിശന്നിരിക്കുന്ന നേരമാണ്."

മരിയാസ ജീവനുംകൊണ്ട് ഓടി. പൂച്ച ഉപദേശിച്ചതുപോലെ ടവലും ചീപ്പും പുറകെ ഓടിവരുന്ന ദുഷ്ടസ്ത്രീക്ക് നേരെ എറിഞ്ഞു. ടവൽ ഒരു പുഴയായി. ചീപ്പ് ഒരു കാടും. കാട്ടിലകപ്പെട്ട ആ സ്ത്രീയുടെ ശ്രദ്ധ തിരിച്ചതുകൊണ്ട് പാവം മരിയാസ രക്ഷപ്പെട്ടു.

മറ്റൊരു പെൺകുട്ടിയായ വാസിലിസായുടെ കഥ കൂടെ കേൾക്കുക:

ഒരിക്കൽ വാസിലിസായുടെ അമ്മയ്ക്ക് അസുഖം ബാധിച്ചു. മരണക്കിടക്കയിൽ വച്ച് അവർ വാസിലിസായ്ക്ക് ഒരു മാന്ത്രിക പ്പാവയെ കൊടുത്തു. മനസ്സ് നൊന്തിരിക്കുന്ന സമയത്ത് ആ മാന്ത്രിക പ്പാവയെ ഉടുത്തൊരുക്കിയാൽ അത് നല്ല ഉപദേശം നൽകും എന്നു പറഞ്ഞു.

അമ്മ മരിച്ച് കുറച്ചുകാലം കഴിഞ്ഞപ്പോൾ വാസിലിസായ്ക്ക് ഒരു രണ്ടാനമ്മ വന്നു. അവരുടെ രണ്ടു മക്കളും കൂടെയുണ്ടായി രുന്നു. സുന്ദരിയായി വളർന്ന വാസിലിസായെ വളരെയേറെ കഷ്ട പ്പെടുത്തിക്കൊണ്ടിരുന്നു അവർ.

അവളെ ഒഴിവാക്കാൻ അവളും ബബാ യഗായ്ക്കരികിൽ അയ യ്ക്കപ്പെട്ടു. കുറച്ചു വിറക് കടം വാങ്ങാനായി. ആ ദുഷ്ട സ്ത്രീയും അവളെ വല്ലാതെ പീഡിപ്പിച്ചിരുന്നു. കഠിനജോലികൾ അവളെ ക്കൊണ്ട് ചെയ്യിച്ചിരുന്നു. പാതിരാത്രി ഉറക്കം വരാതെ കിടന്നപ്പോൾ തന്റെ അമ്മ നൽകിയ മാന്ത്രികപ്പാവ ഓർമ്മയിലെത്തി. അതിനെ യെടുത്ത് കുളിപ്പിച്ച് കുഞ്ഞുടുപ്പുകളണിയിച്ചു. അപ്പോൾ അവിടെ നിന്നും പുറത്തു ചാടാനുള്ള ഉപദേശം പാവ നല്കി. പുറത്തുചാടി തോട്ടത്തിലൂടെ നടക്കുമ്പോൾ, വേലിയിൽ അലങ്കരിച്ച തിളങ്ങുന്ന തലയോട്ടികളിലൊന്ന് കൈയിലെടുത്തു. പാതിരാ കഴിഞ്ഞ സമ യത്ത് വാതില്ക്കൽ മുട്ടുകേട്ട് തുറന്നപ്പോൾ രണ്ടാനമ്മയും മക്കളും കാണുന്നത് കൈയിൽ തിളങ്ങുന്ന തലയോട്ടിയുമായി നില്ക്കുന്ന വാസിലിസായെയാണ്. അവർ ഭയന്നു വിറച്ച് വീണ് മൃതപ്രായരായി.

റഷ്യൻ

മുത്തുകൾ

രണ്ടാനമ്മമാരുടെ ഇത്തരം ക്രൂരകഥകൾ റഷ്യൻ നാടോടിക്കഥ കളിൽ മാത്രമല്ല, ലോകം മുഴുവനുമുള്ള കഥകളിലും ഉണ്ട്. ഇംഗ്ലീഷ് ഫെയറി കഥകളിലെ സിൻഡ്രലായുടെ കഥയിലും ഇതുതന്നെയാണ് കഥാതന്തു. എത്രതന്നെ സഹിക്കേണ്ടി വന്നാലും ഒരു രക്ഷകൻ വന്ന് രക്ഷിക്കുമെന്ന പ്രതീക്ഷ ഇത്തരം കഥകൾ പെൺകുട്ടികൾക്ക് ആശ്വാസം നല്കുന്നുണ്ട്.

എന്നാൽ ഇന്നത്തെ മിടുക്കികളായ പെൺകുട്ടികൾ ഒരു രക്ഷകനായി കാത്തിരിക്കാൻ തയ്യാറില്ലാത്തവരാണ്. താൻ തന്നെ തനിക്ക് രക്ഷകയാകണം എന്ന പുതിയ പാഠം അവർ പഠിച്ചിരിക്കുന്നു. അതുകൊണ്ടാണ് പഠിച്ചിറങ്ങുന്ന പെൺകുട്ടികൾ ഉടനെ വിവാഹത്തിലേക്ക് നീങ്ങാതെ, ഒരു തൊഴിൽ തേടാൻ ശ്രമിക്കുന്നത്. തന്മൂലം സാമ്പത്തിക സ്വാതന്ത്ര്യം കൈവരിക്കുന്നതും. അമ്മൂമ്മക്കഥകളിലെ രക്ഷകൻ വന്ന് രക്ഷിക്കുമെന്ന് കരുതുന്ന വിഡ്ഢികളായ പെൺകുട്ടികൾ കുറവാണ് ഈ കാലത്ത്. തൊഴിലിനാണ് മുൻഗണന. വിവാഹത്തിന് പിന്നീടേ സ്ഥാനമുള്ളൂ. തൊഴിൽ തേടണമെങ്കിൽ യോജിച്ച വിദ്യാഭ്യാസം നേടണം എന്നൊക്കെ ഇത്തരം കഥകൾ നല്കിയ collective consciousness സ്ത്രീയെ പഠിപ്പിച്ചിരിക്കുന്നു. ഏതു തൊഴിൽമേഖല നോക്കിയാലും സ്ത്രീസാന്നിദ്ധ്യം പുരുഷന്മാരേക്കാൾ വർദ്ധിച്ചിരിക്കുന്നു ഇന്ന്.

സിന്റർലാ സിൻഡ്രോം (Cindrella Syndrome)

സ്വാതന്ത്ര്യത്തോട് സ്ത്രീക്കുള്ള ഭയം (women's fear of Independence) എന്നതിനെക്കുറിച്ച് Coletto Dowling എഴുതിയ ഒരു പുസ്തകത്തിൽ ഈ സിൻഡ്രലാ സിൻഡ്രോം എന്താണെന്ന് വിവരിക്കപ്പെടുന്നുണ്ട്. ആരാലൊക്കെയോ പരിപാലിക്കപ്പെടുകയും സംരക്ഷിക്കപ്പെടുകയുമൊക്കെ ചെയ്യപ്പെടേണ്ടവളാണ് താനെന്ന് അവളുടെ മനസ്സിൽ എഴുതപ്പെട്ടിരിക്കുന്നതുപോലെ. നമ്മുടെ ആൺകോയ്മയുള്ള സമൂഹത്തിൽ പുരുഷനാണ് ശിരസ് എന്നു പഠിപ്പിച്ചുവച്ചിരിക്കയാണല്ലോ.

Quotes on Women:

1. She opens her mouth with wisdom, and the teaching of kindness is on her tongue. (proverbs 31:26)
2. അമ്മയുടെ കാൽപാദത്തിൻ കീഴിലാണ് പറുദീസ.
   (Heaven lies beneath the feet of your mother.)

Prophet Muhammed

■

മിറാ
(Mira)

സൈപ്രസ് രാജാവിന്റെ മകളുടെ പേരാണ് മിറാ. അവൾ അതിസുന്ദരിയായിരുന്നു. ഒന്നിനും കുറവില്ലാതെ വളർന്ന അവൾ ഒരു ദിവസം ആത്മഹത്യയ്ക്ക് തുനിഞ്ഞു. ആയയുടെ സമയോചിത ഇടപെടൽ ജീവാപായം ഒഴിവാക്കിയെന്നു പറഞ്ഞാൽ മതിയല്ലോ. ആയ നിർബന്ധിച്ചിട്ടും അവൾ ഉള്ളുതുറന്നില്ല; വീണ്ടും ആത്മഹത്യ ചെയ്യുമെന്നു ഭീഷണിയും മുഴക്കി. ആയയുടെ തുടർച്ചയായ ശ്രമത്തിനുശേഷം അവൾ മനസ്സ് തുറന്നു. സ്വന്തം പിതാവിനെയാണവൾക്കിഷ്ടമെന്ന്, പ്രണയമെന്ന്. അമ്മയുടെ ജീവിതം തകർക്കാനിഷ്ടമില്ലാത്തതുകൊണ്ട് ആത്മഹത്യ ചെയ്യുമെന്ന്, കഷ്ടം...!!! ആയ വിഷമവൃത്തത്തിലായി. പലതവണ ഉപദേശിച്ചു, ശാസിച്ചു. ഫലമുണ്ടായില്ല.

അവസാനം ഭർതൃമതികളായ സ്ത്രീകൾക്കുള്ള പാതിരാ ഉത്സവത്തിന് രാജ്ഞി പോയ സമയത്ത്, ഇരുട്ടിന്റെ മറവിൽ മിറായെ രാജാവിനൊത്ത് ശയിക്കാൻ ആയ സൗകര്യമൊരുക്കി. കുറച്ചു രാത്രികൾക്കുശേഷം സത്യം മനസ്സിലാക്കിയ രാജാവ് കോപാക്രാന്തനായി വാളെടുത്തതോടെ മിറാ കൊട്ടാരം വിട്ട് ഓടി. കാട്ടിൽ മാസങ്ങളോളം അലഞ്ഞുനടന്നു. പാപഭാരത്താൽ കരഞ്ഞുതളർന്നു. മരിച്ചുപോയെങ്കിലെന്ന് മനംനൊന്ത് ആശിച്ചു. പക്ഷേ ഉള്ളിൽ വളരുന്ന ഉണ്ണിക്കായി എല്ലാം സഹിക്കാൻതന്നെ തീരുമാനിച്ചു.

സദാ കണ്ണീരൊഴുക്കി കാട്ടിലലയുന്ന ആ രാജകുമാരിയോട് കരുണ തോന്നി പ്രണയത്തിന്റെ ദേവതയായ ആഫ്രഡൈറ്റി അവളെ ഒരു മരമാക്കി മാറ്റിയത്രെ. ആ മരവും സദാ കരഞ്ഞുകൊണ്ടിരുന്നു.

ഗ്രീക്ക്

മുത്തുകൾ

പൊന്ന്, മിറാ, കുന്തിരിക്കം:

മൂന്ന് രാജാക്കന്മാർ ഉണ്ണിയേശുവിന് കാണിക്കവെച്ച സമ്മാനങ്ങൾ.

അവയിൽ പൊന്നും കുന്തിരിക്കവും ഏവർക്കുമറിയാം. എന്താണ് മിറാ?

കോമിഫോറ ജനസ്സിൽപെട്ട ഒരു ചെറുവൃക്ഷമാണ് ഇത്. ഇതിന്റെ ചില്ലകളിൽനിന്ന് ഒലിച്ചിറങ്ങുന്ന നല്ല സുഗന്ധമുള്ള പശ (resin)യാണ് മിറാ. ചുമ, ജലദോഷം, വലിവ്, വേദന എന്നിവ മാറാനുള്ള ഔഷധമായി ഉപയോഗിച്ചിരുന്നതായി പഴമ്പുരാണങ്ങൾ പറയുന്നു. വീഞ്ഞിന് കൂടുതൽ ലഹരികിട്ടാൻ മിറാ ചേർത്തിരുന്നത്രെ. മിറാമരത്തെ, സദാ കണ്ണീരൊലിപ്പിക്കുന്ന മരം (weeping tree)

എന്നാണ് ഗ്രീക്കുകാർ പറയുന്നത്. ഇതിന്റെ കണ്ണീരാണ് (പശ) വിലപിടിപ്പുള്ള ആ സുഗന്ധദ്രവ്യം ആണ് സമ്മാനമായി ഉണ്ണിയേശുവിനരികിലെത്തിയത്. ഇപ്പോൾ മനസ്സിലായില്ലേ മിറാ എന്താണെന്ന്? ആരാണെന്ന്? അതിന്റെ പുറകിലുള്ള കഥ എന്താണെന്ന്?

ഇലക്ട്രാ കോംപ്ലക്സ് (Electra Complex)

മകനോ മകൾക്കോ എതിർലിംഗത്തിൽപ്പെട്ട രക്ഷിതാവിനോട് തോന്നുന്ന പ്രണയമാണ് ഈഡിപ്പസ് കോംപ്ലക്സ് (Oedipus Complex) എന്ന് സിഗ്മണ്ട് ഫ്രോയ്ഡ് (Sigmund Freud) മുമ്പേ പ്രസ്താവിച്ചിരുന്നു. എന്നാൽ പെൺകുട്ടികൾക്ക് പിതാവിനോട് തോന്നുന്ന പ്രത്യേക സ്നേഹത്തിനും അമ്മയോട് തോന്നുന്ന അസൂയയ്ക്കും ശത്രുതയ്ക്കും കാൾ യുങ് (Carl Jung) മറ്റൊരു പേരിട്ടു. അതാണ് ഇലക്ട്രാ കോംപ്ലക്സ് (Electra Complex).

ഇലക്ട്രാ കോംപ്ലക്സുള്ള പെൺകുട്ടികളുടെ ലക്ഷണങ്ങൾ:

1. അമ്മയിൽ കുറ്റം കണ്ടെത്തുന്നവരും അമ്മയോട് ശത്രുത പുലർത്തുന്നവരും.
2. പിതാവിനോട് ആരാധനയുള്ളവർ.
3. ജീവിതപങ്കാളിയെ തേടുമ്പോൾ പിതാവിനെപ്പോലെയുള്ള ഒരാളെ അന്വേഷിക്കുന്നവർ.
4. പിതാവാണ് എപ്പോഴും ശരി എന്ന് കരുതുന്നവർ.

ആധുനിക മനശ്ശാസ്ത്രത്തിൽ ധാരാളം വിമർശനങ്ങൾ നേരിടുന്നുണ്ട് ഫ്രോയ്ഡും യുങ്ങും. എന്നാലും പുതിയ ആശയങ്ങളെന്ന നിലയ്ക്ക് തള്ളിക്കളയാനും ആരും തയ്യാറാകുന്നുമില്ല.

പുരാതന ഗ്രീക്ക് നാടകമായ 'ഇലക്ട്രാ', സോഫക്ലിസ് രചിച്ച വിശ്വവിഖ്യാത ട്രാജഡിയാണ്.

■

ജോബിന്റെ കഥ
(The Story of Job)

ധനികനായ ജോബിന് ഏഴു മിടുക്കരായ ആൺമക്കളും മൂന്ന് സുന്ദരിമാരായ പെൺമക്കളുമാണുണ്ടായിരുന്നത്. ഏഴായിരം ചെമ്മരിയാടുകളും മൂവ്വായിരും ഒട്ടകങ്ങളും അവയെ നോക്കി സംരക്ഷിക്കാനുള്ള വേലക്കാരുമുണ്ട്. എല്ലാ ചുമതലകളും കഴിഞ്ഞ് സ്വസ്ഥമായി ജീവിക്കുകയാണ് നീതിമാനായ ജോബ്. എന്നും വിഭവ സമൃദ്ധമായ സദ്യതന്നെയായിരുന്നു വീട്ടിൽ. എന്നാൽ ദൈവഭക്തി യിൽ ജോബ് മുൻപന്തിയിൽ തന്നെയായിരുന്നു. എല്ലാ ജീവിത സുഖങ്ങളും നല്കിയ ദൈവത്തോട് നന്ദി പറഞ്ഞുതന്നെയാണ് അദ്ദേഹം ദിവസങ്ങളോരോന്നും കഴിഞ്ഞത്.

"ഒരു കുറവും പറയാനില്ലാത്ത വ്യക്തിത്വമാണ് ജോബിന്റേത്."

മാലാഖ ഒരു ദിവസം ദൈവത്തിന്നരികിൽ റിപ്പോർട്ട് സമർപ്പിച്ചു.

ദൈവം ഒന്ന് മന്ദഹസിച്ചു.

"എല്ലാം വാരിക്കോരി കൊടുക്കുന്നതുകൊണ്ടാണ്."

മാലാഖയ്ക്കരികിൽ നിന്നിരുന്ന സാത്താൻ പരിഹസിച്ചു.

"എങ്കിൽ നീ അവനെ ഒന്ന് പരീക്ഷിച്ചു നോക്കണം." മന്ദഹ സിച്ചുകൊണ്ടുതന്നെ ദൈവം മറുപടിയും നല്കി.

പിന്നീടങ്ങ് ജോബിന് ഇടിത്തീപോലെ ചീത്ത വാർത്തകളാണ് കേൾക്കേണ്ടി വന്നത്. ജോബിന്റെ ആടുകൾ മോഷ്ടിക്കപ്പെട്ടു, ഒട്ടക ങ്ങളിൽ കുറേയെണ്ണം രോഗം വന്നു ചത്തു. ആശ്രിതർ ജോലിയി ല്ലാതെ യജമാനനെ കുറ്റപ്പെടുത്തി. കൊടുങ്കാറ്റിൽപ്പെട്ട് വീട് തകർന്ന് മക്കളെല്ലാവരും ദാരുണമായി കൊല്ലപ്പെട്ടു. നിർഭാഗ്യത്തിൽ കൂട്ടാ യിരിക്കേണ്ട ഭാര്യപോലും അദ്ദേഹത്തെ ഒറ്റപ്പെടുത്തി.

ജോബിന്റെ മനസ്സു നൊന്തു. എല്ലാ സ്വപ്നങ്ങളും തകർന്ന് തരിപ്പണമായി. പങ്കപ്പാടിന്റെ പടുകുഴിയിൽ വീണെങ്കിലും ജോബ് സ്വന്തം മനസ്സിനെ പരുവപ്പെടുത്തിക്കൊണ്ടിരുന്നു.

“ജനിച്ചു വീണപ്പോൾ ഞാനൊന്നും കൊണ്ടുവന്നിട്ടില്ല. എല്ലാം ദൈവത്തിന്റെ ദാനങ്ങളാണ്. അത് ദൈവത്തിന് അവകാശപ്പെട്ടതല്ലേ? ദൈവം എടുത്തോട്ടെ.” ജോബ് ഉരുവിട്ടുകൊണ്ടിരുന്നു. അദ്ദേഹത്തിനൊരു പരാതിയുമില്ലായിരുന്നു. പരവശനായ ജോബിന്റെ ശരീരത്തിൽ പഴുത്തൊലിക്കുന്ന വ്രണങ്ങൾ നിറഞ്ഞിട്ടും ജോബ് ദൈവത്തെ വാഴ്ത്തുക മാത്രം ചെയ്തു. ഭാര്യയും ബന്ധുക്കളും അദ്ദേഹത്തെ വിട്ടൊഴിഞ്ഞു. എന്നിട്ടും ജോബ് വിശ്വാസത്തിൽ ഒരണുവിടപോലും വ്യതിചലിച്ചില്ല.

സാത്താൻ വാളുവച്ചു കീഴടങ്ങി, ജോബിനെ തോല്പിക്കാനാകാതെ. ഈ പരീക്ഷണഘട്ടത്തെ അതിജീവിച്ച ജോബിന് ആരോഗ്യവും സമ്പത്തും തിരികെ നല്കപ്പെട്ടു. നഷ്ടപ്പെട്ട കാലികളും സമ്പത്തും തിരികെ കിട്ടി. മക്കളെക്കൂടി തിരിച്ചുകിട്ടിയപ്പോൾ സംതൃപ്തനായി അദ്ദേഹം ദീർഘകാലം ജീവിച്ചതായി വിശുദ്ധഗ്രന്ഥം സാക്ഷ്യപ്പെടുത്തുന്നു.

ബൈബിൾ

മുത്തുകൾ

കുട്ടിക്കാലത്ത് നാമൊക്കെ പഠിച്ചിട്ടുള്ളത് നന്മയ്ക്ക് സമ്മാനം കിട്ടുമെന്നും തിന്മയ്ക്ക് ശിക്ഷ കിട്ടുമെന്നുമൊക്കെയാണ്. ആത്യന്തികമായി സമ്മാനിതനായെങ്കിലും നീതിമാനായിരുന്നിട്ടും ജോബിന് കഷ്ടപ്പാടനുഭവിക്കേണ്ടിവന്നു; ദുഃഖത്തിന്റെ നെല്ലിപ്പടി കാണേണ്ടിവന്നു.

യുദ്ധത്തിൽ ആളുകൾ മരിക്കുന്നതും ദുരന്തങ്ങൾക്കിരയാകുന്നതും മഹാമാരികളിൽ ജീവനൊടുങ്ങുന്നതുമൊക്കെ നാം

കാണുന്നില്ലേ? അവരെല്ലാം കൊള്ളരുതാത്തവരും ജീവിച്ചിരിക്കുന്നവർ നല്ലവരുമായിരുന്നോ?

ജോബിന്റെ കഷ്ടപ്പാടുകൾ നമ്മെ പഠിപ്പിക്കുന്നത്, ജീവിതത്തിൽ സുഖങ്ങളും ദുഃഖങ്ങളുമുണ്ട്. രണ്ടിനേയും സമചിത്തതയോടെ അംഗീകരിക്കുക എന്നതാണ്. ജോബ് ഒരിക്കലും തിന്മയുടെ വശത്തായിരുന്നില്ല. ദുരിതങ്ങൾക്ക് ഒരു പ്രത്യേക കാരണമൊന്നും കണ്ടുപിടിക്കാനില്ല.

"As flies to wanton boys
Are we to the gods.
They kill us for their sport."

എന്ന് ഷേക്സ്പിയർ പറയുന്നു. ജീവിതം അങ്ങനെയാണ്. അതിനെ പരിഭവങ്ങളില്ലാതെ സ്വീകരിച്ചതാണ് ജോബിന്റെ വിജയം. സുഖങ്ങളും ദുഃഖങ്ങളും എല്ലാവരുടെ ജീവിതത്തിലുമുണ്ടാകും.

പട്ടിണിയും ഇല്ലായ്മയും ഉണ്ടായിരുന്ന കാലത്ത് ഓണത്തിനെന്ത് മധുരമായിരുന്നു. പ്രഭാതത്തിന് മുന്നാണത്രേ ഏറ്റവും ഇരുട്ടുള്ള മണിക്കൂർ (The darkest hour is just before the dawn) എന്നൊരു കവി പാടിയിട്ടുണ്ട്.

വേദനയനുഭവിക്കുന്നവരുടെ കൂടെ നില്ക്കുക എന്നതാണ് മനുഷ്യത്വം. ദുരിതങ്ങളുടെ കാരണങ്ങളന്വേഷിച്ച് പോകുന്നതിനപ്പുറം, ഇത്തരം ദുരിതങ്ങൾ ആർക്കും എപ്പോൾ വേണമെങ്കിലും വരാം; അവരോടൊപ്പം നില്ക്കാം എന്ന മാനവധർമ്മം പഠിക്കാം.

"If winter comes
can spring be for behind?" (Shelley)

"ശീതകാലത്തെ പഴിക്കുന്നതിന് പകരം വസന്തം താമസിയാതെ എത്തും എന്ന ശുഭപ്രതീക്ഷയല്ലേ നല്ലത്?" (ഷെല്ലി)

"ഒരുവേള പഴക്കമേറിയാ-
ലിരുളും മെല്ലെ വെളിച്ചമായ് വരാം."

എന്ന് കുമാരനാശാനും ഓർമ്മിപ്പിക്കുന്നു.

■

നഗ്നനായ ചക്രവർത്തി

(Emperor's New Clothes)

പുതിയ വസ്ത്രങ്ങളോടാണ് ചക്രവർത്തിക്ക് കമ്പം. ഭരണകാര്യങ്ങളിൽ ആത്മാർത്ഥതയും സത്യസന്ധതയും പുലർത്തേണ്ടതിന് പകരം പുതുമയുള്ള വസ്ത്രാലങ്കാരത്തിലാണ് ചക്രവർത്തിയുടെ സമയം കളഞ്ഞുകൊണ്ടിരുന്നത്.

അതറിഞ്ഞുകൊണ്ടുതന്നെ അതിനൂതന വസ്ത്രനിർമ്മാതാക്കളെന്നമട്ടിൽ രണ്ടുപേർ കൊട്ടാരത്തിലെത്തി, അവർ വസ്ത്രോല്പന്നങ്ങളെപ്പറ്റി വാചാലതയോടെ സംഗതികൾ അവതരിപ്പിച്ചു. കട്ടി കുറയുംതോറും തുണിയുടെ ഗുണം കൂടുമെന്നും വില കൂടുമെങ്കിലും നിർമ്മിതിയിലെ മികവ് അതുല്യമായിരിക്കുമെന്നുമൊക്കെ അവർ ചടുലമായ രീതിയിൽ അവതരിപ്പിച്ചു. സാധാരണ മനുഷ്യനേത്രങ്ങൾക്ക് ഗോചരമല്ലാത്തത്ര നേർത്ത വസ്ത്രം ഉണ്ടാക്കിയെടുക്കാം എന്നവർ സാഭിമാനം പറഞ്ഞു.

ചക്രവർത്തി സംതൃപ്തനായി. അത്തരം നേരിയ തുണി നെയ്യാനുള്ള തറിയും മറ്റു സൗകര്യങ്ങളും അവർക്കായി കൊട്ടാരത്തിൽ ഒരുക്കി.

സുതാര്യവസ്ത്രം ധരിക്കുന്നതുതന്നെ തന്റെ ഭരണസുതാര്യതയ്ക്കുദാഹരണമാകുമെന്ന് ചക്രവർത്തി കരുതി. ആ വസ്ത്രമണിഞ്ഞ് നടന്ന് പൊതുജനത്തിന്റെ അഭിപ്രായങ്ങൾക്ക് വഴിയൊരുക്കാമെന്നും അദ്ദേഹം കരുതിയിരിക്കണം.

വസ്ത്രനിർമ്മിതിയുടെ പുരോഗതി മനസ്സിലാക്കാൻ ഒരു മന്ത്രിയെ അദ്ദേഹം നെയ്ത്തുകാരുടെ അടുത്തേക്ക് വിട്ടു. തറിയുടെ അടുത്തെത്തി ശ്രദ്ധാപൂർവ്വം വീക്ഷിച്ച മന്ത്രിക്ക് പുത്തൻ ഉല്പന്നമായ തുണിയൊന്നും കാണാൻ കഴിഞ്ഞില്ല.

"ഇതാ കണ്ടോളൂ, കാണാൻ കഴിയാത്തത്ര നേരിയ നൂലുകൊണ്ടാണീ വസ്ത്രം നെയ്തുകൊണ്ടിരിക്കുന്നത്. എളുപ്പമല്ല

ഇങ്ങനെയൊന്നുണ്ടാക്കിയെടുക്കാൻ. വിഡ്ഢികൾക്കിത് കാണാനുമാകില്ല."

നെയ്ത തുണി കൈയിലെടുത്തെന്ന മട്ടിൽ അവർ മന്ത്രിക്ക് കാണിച്ചുകൊടുത്തു. തന്റെ കാഴ്ചക്കുറവുകൊണ്ടായിരിക്കും വ്യക്തമായി കാണാത്തതെന്ന് കരുതി അയാൾ കണ്ടതായി തലയാട്ടി ചക്രവർത്തിക്കരികിൽ തിരിച്ചുവന്ന് കാര്യം ബോധിപ്പിച്ചു. "ഭംഗിയായിരിക്കുന്നു പുതിയ വസ്ത്രം."

ചക്രവർത്തി പിന്നീട് മറ്റൊരു മന്ത്രിയെ കൂടി പറഞ്ഞയച്ചു. അയാൾക്കും ഒന്നും കാണാൻ കഴിഞ്ഞിരുന്നില്ല.

"മുമ്പെങ്ങും ആരും പണിയാത്ത ഒരു തരം ഉത്പന്നമായതുകൊണ്ടാണ് നിങ്ങൾക്ക് കാണാൻ കഴിയാത്തത്." നെയ്ത്തുകാർ പറഞ്ഞു.

താനൊരു വിഡ്ഢിയാകരുതല്ലോ എന്ന് കരുതി അയാൾ ഇല്ലാത്ത ഉത്പന്നത്തെപ്പറ്റി വല്ലാതെ പുകഴ്ത്തി ചക്രവർത്തിയെ ധരിപ്പിച്ചു.

പിന്നീട് ഒരു ദിവസം ചക്രവർത്തിതന്നെ നെയ്ത്തുകാരെ സമീപിച്ച്, നെയ്ത്ത് വിലയിരുത്തി. ദിവസങ്ങളോളമെടുത്ത് ഉത്തരവാദിത്തത്തോടെ ചെയ്യുന്ന സൃഷ്ടികർമ്മത്തിൽ തൃപ്തി രേഖപ്പെടുത്തി. അപൂർവ്വസൃഷ്ടിയെ കണ്ടില്ലെന്നു പറയുന്നത് തന്റെ അയോഗ്യതയായി കണക്കാക്കിയാലോ എന്ന് അദ്ദേഹവും ഭയപ്പെട്ടിരിക്കാം.

ഏതായാലും അടുത്ത ദിവസം നടക്കാൻ പോകുന്ന ഉത്സവപ്രദക്ഷിണ പരിപാടിയിൽ പുതിയ വസ്ത്രം ഉദ്ഘാടനം ചെയ്യാൻ തന്നെ തീരുമാനിച്ചു. നെയ്ത്തുകാർതന്നെ ആ വസ്ത്രം രാജാവിനെ ധരിപ്പിക്കേണ്ടതാണെന്നും കല്പനയായി.

ഉത്സവദിവസം, പഴയ വസ്ത്രങ്ങളൊക്കെ ഊരി, തങ്കക്കടലാസിൽ പൊതിഞ്ഞ് വച്ചിരിക്കുന്നു 'പുതിയ വസ്ത്രം' മടക്കുകൾ നിവർത്തി അവർ ചക്രവർത്തിയെ ഉടുപ്പിച്ചു. 'ഗംഭീരമായിരിക്കുന്നു' എന്ന അഭിപ്രായവും പറഞ്ഞു. ചക്രവർത്തിയിൽനിന്ന് പൊന്നും പുടവയും വാങ്ങിച്ച് ഉത്സവം തുടങ്ങുന്നതിന് മുമ്പുതന്നെ അവർ സ്ഥലം വിട്ടു.

പ്രദക്ഷിണപാതയ്ക്കിരുവശവത്തും പുരുഷാരം നിറഞ്ഞിരുന്നു. ചക്രവർത്തി പുതിയ വസ്ത്രത്തിലാണത്രെ എഴുന്നള്ളുന്നത്. ആളുകൾ സ്തബ്ധരായി നോക്കിനിന്നു. അഭിപ്രായങ്ങൾ പറയാൻ ധൈര്യപ്പെടാതെ. ഒരമ്മയുടെ ഒക്കത്തിരുന്നിരുന്ന മൂന്നുവയസ്സുകാരൻ പെട്ടെന്നു പ്രതികരിച്ചതോ!

"ചക്രവർത്തി നഗ്നനാണ്."

കുഞ്ഞിന്റെ വായ് ഉടനെ പൊത്തി അമ്മ ജനക്കൂട്ടത്തിൽനിന്നും പെട്ടെന്ന് പിന്മാറി. തങ്ങളുടെ മനസ്സിലുദിച്ച സത്യം ഒരു കുഞ്ഞ് പറയേണ്ടിവന്നല്ലോ എന്നോർത്ത് ജാള്യതയോടെ ജനം അങ്ങോട്ട് നോക്കിനിന്നു.

ഡാനിഷ്

മുത്തുകൾ

ഹാൻസ്ക്രിസ്റ്റ്യൻ ആൻഡേഴ്സൻ (Hans Christian Anderson) എന്ന ഡാനിഷ് എഴുത്തുകാരന്റെ, ലോകപ്രസിദ്ധമായ ഒരു കഥ യാണ് Emperor's New Clothes. നൂറിലധികം ഭാഷകളിലേക്ക് ഇത് തർജ്ജമ ചെയ്യപ്പെട്ടിട്ടുമുണ്ട്. പ്രചാരമുള്ള ഒരു നാടോടിക്കഥയുടെ രൂപവും ഇതിനുണ്ട്.

ഭരണകാര്യങ്ങൾക്കുമപ്പുറം, ഇത്തരം സ്വഭാവ വൈകല്യങ്ങളുള്ള വർ, നാടിന്റെ വികസനത്തേക്കാളുമുപരി സ്വന്തം താല്പര്യങ്ങൾ ക്കാണ് പ്രാധാന്യം കല്പിക്കുക. അത്തരം ഭരണാധികാരികൾ മൂടു താങ്ങികളെ സൃഷ്ടിക്കുന്നു. കർമ്മശേഷിയുള്ള ഉദ്യോഗസ്ഥരെ നരകിപ്പിക്കുന്നു, ഇഷ്ടക്കാർക്ക് ആനുകൂല്യങ്ങൾ നല്കുന്നു, സത്യം പറയുന്നവരെ ശത്രുക്കളായി കാണുന്നു, മനസ്സിൽ നിഷ്കളങ്കതയുള്ള വർക്കേ സത്യം ഉറക്കെ പറയാൻ കഴിയൂ എന്നും കഥ പഠിപ്പിക്കുന്നു.

മെഗലമാനിയ (Megalomania)

ഭരണാധികാരികളിൽ കാണുന്ന ഒരു മാനസിക ബലഹീനതയാണ് മെഗലമാനിയ. പ്രമുഖനും പ്രമാണിയും പ്രഗത്ഭനുമൊക്കെയാണ് താനെന്ന തോന്നലുള്ളതുകൊണ്ട് എതിരാളികളെ അധികാരമുപയോഗിച്ച് ഇല്ലായ്മ ചെയ്യുന്നവരാണ് മെഗലമാനിയയ്ക്ക് വ്യക്തിത്വങ്ങൾ. അവർക്ക് മറ്റുള്ളവരെ അംഗീകരിക്കാൻ പ്രയാസമാകും. മറ്റുള്ളവർ തന്നെ എങ്ങനെ കാണുന്നുവെന്ന് മനസ്സിലാക്കാൻ അവർക്കാകില്ല. അലക്സാണ്ടർ ചക്രവർത്തി, ചെങ്കീസ്ഖാൻ, സ്റ്റാലിൻ, ഹെറോദേസ്... എന്നിങ്ങനെ ധാരാളം പേർ ചരിത്രത്താളുകളിൽ ഈ ബലഹീനതയുമായി ഓർക്കപ്പെടുന്നവരുണ്ട്. സ്വയം ന്യായീകരിക്കാൻ അവർ ശ്രമിച്ചുകൊണ്ടിരിക്കും. ഭയത്തിന്റെ മുൾമുനയിലിരിക്കുന്ന അവർക്ക് ശാന്തമായി ഉറങ്ങാനുമാകില്ല. രാജാവിനെ കൊലപ്പെടുത്തി അധികാരത്തിലേറിയ മാക്ബെത്തിന്റെ മാനസിക സമ്മർദ്ദങ്ങൾക്കൊന്ന് കാതോർക്കുക:

"വർത്തമാനത്തിലെ ഭയങ്ങൾ ഭാവനയിൽ ഉണ്ടാകാവുന്നതിനേക്കാൾ ഭീകരമാണ്."

"Present fears are
Less than horrible
imaginings"
(മുഖം നോക്കി മനസ്സിന്റെ ഘടന പ്രവചിക്കൽ അസാധ്യം.)

"There's no art to find
The minds construction
in the face"
(ഉറക്കത്തെപോലും അവർ കശാപ്പു ചെയ്യും.)

"Me thought I heard a voice cry,
Sleep no more!
Macbeth does murder sleep"
(കൈയിൽ പുരണ്ട ചോര കഴുകിക്കളയാൻ അറേബ്യ മുഴുവനിലുമുള്ള അത്തറിനുപോലുമാകില്ല.)

"All the perfumes of Arabia
will not sweeten this little hand"
(അവർ ആരെയും വിശ്വാസത്തിലെടുക്കില്ല.)

■

പാൻഡോറയുടെ പെട്ടി
(Pandora's Box)

മനുഷ്യകുലത്തിന് ഏറ്റവും വലിയ സംഭാവന ചെയ്ത ദൈവമാണ് ഗ്രീക്കുകാരുടെ വിശ്വാസത്തിൽ പ്രമീത്തിയസ്. പ്രമീത്തിയസ്സിനെയും സഹോദരൻ എപ്പിമീത്തിയസ്സിനെയുമാണ് സ്യൂസ് ദേവൻ (ജൂപ്പിറ്റർ ദേവൻ) മനുഷ്യ സൃഷ്ടിക്കായി ഭൂമിയിലേക്കയച്ചത്. കളിമണ്ണ് കുഴച്ച് എപ്പിമീത്തിയസ് മനുഷ്യരൂപങ്ങളുണ്ടാക്കി. പ്രമീത്തിയസ് ഓരോ രൂപത്തിനും ഓരോ വ്യത്യസ്ത ഗുണം നല്കി. വെളുത്തവരും കറുത്തവരും തവിട്ടുനിറക്കാരും ഉയരം കൂടിയവനും കുറഞ്ഞവനും സമർത്ഥനും ശാന്തനും സുമുഖനും വൈരൂപ്യങ്ങളുള്ളവനും... അങ്ങനെ... അങ്ങനെ. മനുഷ്യരോടൊപ്പം ജീവിക്കുകയും പല പുതിയ വിദ്യകൾ അവരെ പഠിപ്പിക്കുകയും ചെയ്തു, ആ രണ്ടു ദൈവങ്ങൾ.

മനുഷ്യനെ സഹായിക്കാൻ അഗ്നി മോഷ്ടിച്ചതാണ് സ്യൂസ് ദേവനെ കോപാക്രാന്തനാക്കിയത്. തീകൊണ്ട് കളിക്കാനുള്ള പക്വത മനുഷ്യനായിട്ടില്ലെന്നായിരുന്നു ആദ്യ ആരോപണം. മനുഷ്യൻ അഗ്നി ഉപയോഗിച്ച് വളർന്ന് ദൈവങ്ങളെക്കാൾ വലുതാകുമോ എന്നായിരുന്നിരിക്കണം ഭയം. എന്തായാലും ടൈറ്റൻ ദേവനായ പ്രമീത്തിയസ്സിനെയും അഗ്നിയുടെ ഗുണഭോക്താക്കളായ മനുഷ്യരെയും ശിക്ഷിക്കാൻതന്നെ അദ്ദേഹം തീരുമാനിച്ചു.

തന്റെ മകൻ ഹെഫീസ്റ്റസിന്റെ വർക്ക്ഷോപ്പിൽ ഒരു സ്ത്രീരൂപമുണ്ടാക്കിയാണ് ശിക്ഷയുടെ തുടക്കം. പാൻഡോറ (Pandora) അങ്ങനെ ജന്മംകൊള്ളുന്നു. അവൾ വഴി മനുഷ്യനെ ഒരു പാഠം പഠിപ്പിക്കലാണ് ലക്ഷ്യം. ഹെഫീസ്റ്റസ് കളിമണ്ണുകൊണ്ട് തന്നെയാണ് സ്ത്രീരൂപമുണ്ടാക്കിയത്. സൗന്ദര്യദേവത ആഫ്രഡൈറ്റി (Venus) അവൾക്ക് വേണ്ടുവോളം സൗന്ദര്യം നൽകി, അണിയിച്ചൊരുക്കി. ഹെർമീസ് ദേവൻ അവൾക്ക് ധൈര്യവും സൂത്രവും

പറഞ്ഞുകൊടുത്തു. ഓരോ ദേവന്മാരും ദേവതമാരും ഓരോ ഗുണങ്ങൾ അവൾക്കേകി.

സ്യൂസ് ദേവൻ അവൾക്ക് 'പാൻഡോറാ' എന്ന് പേരും നൽകി. Pan + Dora എന്നാൽ 'സർവ്വ കഴിവുകളുമുള്ളവൾ' എന്നാണർത്ഥം. അഹന്തയുള്ള മനുഷ്യന്റെ വീഴ്ചയ്ക്ക് ഇവൾ കാരണക്കാരിയാകണം എന്നതുതന്നെ ലക്ഷ്യം. അവളെ ഭൂമിയിലേക്കയയ്ക്കുമ്പോൾ സമ്മാനമായി ഒരു പെട്ടി കൊടുത്തിരുന്നു, സ്യൂസ് ദേവൻ; അതു തുറക്കരുതെന്നും പറഞ്ഞിരുന്നു.

ഒളിമ്പസ് മലയിൽനിന്നും തീ കട്ടെടുത്തതിന് ശിക്ഷയുണ്ടാകും എന്ന് പ്രമീത്തിയസ്സിനും സഹോദരനും അറിയാമായിരുന്നു. അവർ ജാഗ്രതയിലുമായിരുന്നു. അതിനിടയിലാണ് ഹെർമിസ്ദേവൻ ഒരു സുന്ദരിയെ എപ്പിമീത്തിയസ്സിന് സമ്മാനമായി നല്കുന്നത്. ഒളിമ്പസ് ദേവന്മാരിൽ നിന്ന് ഒരു സമ്മാനവും സ്വീകരിക്കരുതെന്ന മുന്നറിയിപ്പ് സുന്ദരിയായ പാൻഡോറയെ കണ്ടപ്പോൾ അയാൾ മറന്നിരുന്നു. അവൾ സമ്മാനമായി കൊണ്ടുവന്ന പെട്ടി പാൻഡോറാസ്

ബോക്സ് (Pandora's Box) എന്നും അറിയപ്പെട്ടു. തുറക്കരുതെന്നു പറഞ്ഞിരുന്ന പെട്ടി അവൾ ഒരു ദിവസം അക്ഷമയായി തുറക്കുകയും ചെയ്തു. അതോടെ പെട്ടിയിലുണ്ടായിരുന്ന മഹാമാരികളുടെ വിത്തുകൾ ഭൂമിയുടെ വായുമണ്ഡലത്തിലേക്ക് രക്ഷപ്പെട്ടു. പെട്ടെന്നു തന്നെ അടച്ചതുകൊണ്ട് 'പ്രതീക്ഷ' (hope) മാത്രം പെട്ടിയിൽ കുടുങ്ങി. സ്യൂസ് ദേവന്റെ മനുഷ്യരോടുള്ള പ്രതികാരം ഇങ്ങനെയായിരുന്നു.

അഗ്നിമോഷണത്തിന് പ്രമീത്തിയസ്സിന് കിട്ടിയ ശിക്ഷ അതിഭീകരമായിരുന്നു. കൊക്കാസസ് മലയിൽ ഒരു കരിമ്പാറയിൽ കൈകളിരുവശത്തേക്കും വലിച്ചു നീട്ടി ചങ്ങലയിൽ ബന്ധിതനായി ചുട്ടുപൊള്ളുന്ന പകലും തണുത്തു വിറങ്ങലിക്കുന്ന രാത്രിയിലും കിടക്കുക; പകൽ സമയത്ത് ഒരു കഴുകൻ വന്ന് പ്രമീത്തിയസിന്റെ നെഞ്ച് കൊത്തിപ്പൊളിച്ച് ഉള്ളിലെ കരള് കൊത്തിത്തിന്നുക. രാത്രി വീണ്ടും വളരുന്ന കരൾ ഓരോ പകലും വന്ന് കൊത്തിത്തിന്നുമ്പോഴത്തെ വേദന അനുഭവിച്ചുകൊണ്ടിരിക്കുക. സഹനത്തിന്റെ നെല്ലിപ്പടി കാണുക. എന്നാലും തന്നെ സ്നേഹിച്ചവർക്കായി എല്ലാ വേദനയും സന്തോഷത്തോടെ സഹിക്കുക; തോല്ക്കാൻ മനസ്സില്ലാത്തവനായി.

വർഷങ്ങൾക്ക് ശേഷമാണ് ഹെർക്കുലീസ് ദേവൻ വന്ന് കഴുകനെ കൊന്ന്, പ്രമീത്തിയസിനെ മോചിപ്പിക്കുന്നത്.

ഗ്രീക്ക്

മുത്തുകൾ

പ്രമീത്തിയസ്സിന് ലഭിച്ച ശിക്ഷയ്ക്ക് ഏതാണ്ട് രണ്ടായിരം വർഷങ്ങൾക്കുമുമ്പ് യേശുവിന് കിട്ടിയ കുരിശുമരണത്തോട് സാമ്യമുണ്ട്. മനുഷ്യരെ സ്നേഹിച്ചതുകൊണ്ടും തീ നൽകി സഹായിച്ചതുകൊണ്ടുമൊക്കെയാണ് കുരിശുമരണം പോലെത്തന്നെ കടുത്ത ശിക്ഷയ്ക്ക് വിധിക്കപ്പെട്ടത്.

തീകൊണ്ട് മനുഷ്യനുണ്ടായിട്ടുള്ള പുരോഗതി കുറച്ചൊന്നുമല്ല. ഗുഹകളിൽ ജീവിച്ചിരുന്നവർ പുറത്തുവന്നു. ഇഷ്ടികചുട്ട് വീടുപണിതും ഭക്ഷണം വേവിച്ചു കഴിച്ചു. വെള്ളം തിളപ്പിച്ച് ആവിയാക്കി വൈദ്യുതിയുണ്ടാക്കി. ആവിയന്ത്രങ്ങളുണ്ടാക്കി വാഹനങ്ങൾ നിർമ്മിച്ചു യാത്ര ചെയ്തു, വ്യവസായങ്ങൾ പച്ചപിടിച്ചു, ഗോളാന്തര യാത്രകൾ നടത്തുന്നു. അങ്ങനെ എന്തൊക്കെ വളർച്ചകൾ. പണ്ട് സ്യൂസ് ദേവൻ ഭയപ്പെട്ടതും അതായിരുന്നിരിക്കാം.

പാൻഡോറായും ഹവ്വായും തമ്മിലുള്ള സാമ്യം പറയേണ്ടതില്ലല്ലോ. ആദ്യ സ്ത്രീകളാണിരുവരും. ഇരുവരും അരുതെന്നു പറഞ്ഞത് ചെയ്തവരാണ്.

മനുഷ്യന് കൂട്ടായിട്ടാണ് ഹവ്വായുടെ സൃഷ്ടിയെങ്കിൽ, മനുഷ്യന് ശിക്ഷയായിട്ടാണ് പാൻഡോറായുടെ സൃഷ്ടി. കളിമണ്ണ്കൊണ്ടാണ് പാൻഡോറ സൃഷ്ടിക്കപ്പെട്ടതെങ്കിൽ, ആദാമിന്റെ വാരിയെല്ലെടുത്താണ് ഹവ്വാ സൃഷ്ടിക്കപ്പെട്ടത്.

■

പന്നിയെ പൊള്ളിക്കാൻ വീടുകൾ കത്തിക്കേണ്ടതില്ല

നൂറ്റാണ്ടുകൾക്കുമുമ്പ് മനുഷ്യൻ മാംസം പാകം ചെയ്യാതെയാണ് തിന്നുകൊണ്ടിരുന്നത്. വന്യമൃഗങ്ങളെപ്പോലെ ജീവനുള്ള ചെറുമൃഗങ്ങളെ ഓടിച്ചുപിടിച്ച് കടിച്ചും കീറിയും നീണ്ട നഖങ്ങളാൽ മാന്തിപ്പൊളിച്ചും തിന്നുകയായിരുന്നു പതിവ്. (Confucius-Mundane Mutations, 2nd chapter)

'ഹോ-ടി'യുടെ തൊഴിൽ പന്നിവളർത്തലാണ്. അവയ്ക്ക് നല്ല കൂടുനിർമ്മിക്കാൻ മരക്കാലുകൾക്കായി അയാൾ കാട്ടിലേക്കു പോകുമ്പോൾ, മകൻ ബോ-ബൊയെ കാര്യങ്ങൾ ഏൽപ്പിച്ചാണ് പോയത്. മറ്റേതൊരു കുട്ടിയെപ്പോലെ തീകൊണ്ട് കളിക്കാൻ ഇഷ്ടമായിരുന്നു 'ബോ-ബൊ'യ്ക്ക്. വൈക്കോൽ തുറുവിലേക്ക് തീ പടർന്നു. വീടിനേയും തീ വിഴുങ്ങി. കഷ്ടം അതുകൊണ്ടും തീർന്നില്ല. പുതുതായി പ്രസവിച്ച പെൺപന്നിയും അതിന്റെ തുടുതുടുത്ത ഒമ്പതു കുഞ്ഞുങ്ങളും തീയേറ്റ് വെന്തുവീണു.

'ബോ-ബൊ'യ്ക്ക് വേവലാതിയായി. അവൻ വല്ലാതെ ഭയപ്പെട്ടു. തീയിന്നിത്രയധികം ശക്തിയുണ്ടെന്ന് അവൻ കരുതിയിരുന്നില്ല. വീടും തുറുവും കത്തിച്ചാമ്പലായതിലല്ല അവന് പ്രയാസമായത്. പിതാവിനും തനിക്കും വളരെ ഇഷ്ടമായിരുന്ന ആ ഒമ്പത് കരുമാടിക്കുട്ടന്മാർ ചത്തുപോയല്ലോ. തന്റെ ഒപ്പം തുള്ളിച്ചാടിത്തിമർക്കാറുള്ള കളിക്കൂട്ടുകാരാണ് വെന്ത് നിശ്ചലരായി കിടക്കുന്നത്. ആവിപൊങ്ങുന്ന അവരുടെ പിഞ്ചുശരീരങ്ങളെ നോക്കി അവൻ ഷോക്കേറ്റപോലെ നിന്നു.

തന്റെ നാസികകൾ ഇതുവരെ അനുഭവിച്ചിട്ടില്ലാത്ത ഒരു ഗന്ധം എവിടെനിന്നെന്ന് അത്ഭുതപ്പെട്ട് അവൻ ചുറ്റും നോക്കി. കത്തിപ്പോയ കുടിലിൽനിന്നല്ല. വൈക്കോൽ തുറുവിൽനിന്നുമല്ല; ചുറ്റുമുള്ള പച്ചിലകൾ കരിഞ്ഞതിന്റെയുമല്ല. അതൊക്കെ മുമ്പും

ഉണ്ടായിട്ടുള്ളതാണ്. തന്റെ ചുണ്ടുകൾക്കിടയിലൂടെ ഒലിച്ചിറങ്ങിയ കൊഴുത്ത ദ്രാവകം എന്താണെന്നവൻ ശ്രദ്ധിച്ചുകാണില്ല.

തന്റെ കളിത്തോഴരായിരുന്ന പന്നിക്കുഞ്ഞുങ്ങൾക്കേതിനെങ്കിലും ജീവനുണ്ടോ എന്നറിയാൻ വിറയ്ക്കുന്ന വിരലോടെ അവൻ ഒന്നിനെ സ്പർശിച്ചു നോക്കി. വെന്തമാംസത്തിൽ ആഴ്ന്ന വിരൽ പൊള്ളി; തണുപ്പാക്കാൻ വിരൽ വായിലിട്ടു. വിരലിൽപറ്റിയ വെന്ത മാംസാംശങ്ങൾ വായിൽ കുടുതൽ കൊഴുത്ത ദ്രാവകമുണ്ടാക്കി. അറിയാതെ നാക്കു നുണഞ്ഞുകൊണ്ടിരുന്നു. വെന്തമാംസത്തിൽ അവന്റെ വിരലുകൾ വീണ്ടും താഴുകയും പൊള്ളിയ വിരൽ തണുപ്പിക്കാൻ വീണ്ടും വായിലിടുകയും കൂടുതൽ കൊഴുത്ത ദ്രാവകം വായിൽ ജന്മമെടുക്കുകയും പതിവിലുപരി നാക്ക് വ്യായാമത്തിലേർപ്പെടുകയും ചെയ്തു. മുമ്പ് അനുഭവിച്ച ഗന്ധം എവിടെനിന്നാണെന്ന് അവന് ഇപ്പോൾ ബോധ്യമായി; വായിൽ കൊഴുത്ത ദ്രാവകം ജനിച്ചത് എന്തുകൊണ്ടാണെന്നും.

പിതാവ് കാട്ടിൽപോയി തിരിച്ചുവരുമ്പോൾ കാണുന്ന കാഴ്ച നെയ്യൊലിച്ചിറങ്ങുന്ന വിരലുകൾക്കിടയിലെ ആവിപൊങ്ങുന്ന മാംസപിണ്ഡങ്ങൾ അകത്താക്കുന്ന മകന്റെ ചിത്രം. തോളിൽ തട്ടിവിളിച്ചിട്ടും ശ്രദ്ധിക്കാതെ അമൃതേത്തിൽ ശ്രദ്ധ കേന്ദ്രീകരിച്ചിരിക്കുന്ന അവൻ.

''നീ എന്താടാ വെട്ടിവിഴുങ്ങുന്നത്?'' കരിഞ്ഞ വീടും വൈക്കോൽതുറുവും ഞെട്ടലോടെ നോക്കി 'ഹോ-ടി' ചോദിച്ചു.

ഒരു ഏമ്പക്കത്തിന് ശേഷമാണ് മറുപടിയുണ്ടായത്. "പപ്പാ വരൂ... ഇതൊന്ന് രുചിച്ചുനോക്കൂ." ദുഃഖവും കോപവും അത്ഭുതവും അയാളെ തളർത്തി. പക്ഷേ വായുവിൽ നിറഞ്ഞുനിന്ന മുമ്പനുഭവിച്ചിട്ടില്ലാത്ത ഗന്ധം അയാളുടെ നാസാരന്ധ്രങ്ങളെയും സുഖിപ്പിച്ചുകൊണ്ടിരുന്നു.

"ഇരിക്ക് പപ്പാ... തിന്ന് നോക്ക്." ആവി പൊങ്ങുന്ന ഒരു കൊറു കൂടെ പറിച്ചെടുത്ത് മകൻ പിതാവിനെ ക്ഷണിച്ചു.

'ഹോ-ടി'യുടെ ഞെരമ്പുകൾ ത്രസിച്ചുകൊണ്ടേയിരുന്നു. രക്തസംക്രമണം അതിവേഗത്തിലായിക്കൊണ്ടിരുന്നു. അസ്പഷ്ടമായ ശാപവാക്കുകൾ ആ ചുണ്ടുകളിൽ നിന്നടർന്നുവീണിരുന്നു. തനിക്കു നേരെ നീട്ടിയ ആവി പറക്കുന്ന നെയ്യിറ്റിറ്റ് വീഴുന്ന പന്നിക്കുഞ്ഞിന്റെ ഇളംകൊറു തട്ടിമാറ്റാനായി കൈകൾ ഉയർത്തിയെങ്കിലും വിശപ്പും ക്ഷീണവും മൂക്കിൽ പ്രലോഭനങ്ങളുണ്ടാക്കുന്ന പ്രത്യേക ഗന്ധവും ഒക്കെ ആയപ്പോൾ അതു തട്ടിപ്പറിച്ചു; ചൂടുകൊണ്ട് ഇരുകൈകളിലുമായി അമ്മാനമാടി. പൊള്ളിയ വിരലുകൾ വായിലിട്ടു; വെന്ത

പന്നിമാംസത്തിന്റെ അംശങ്ങൾ വായിൽപ്പെട്ടു. കോപത്തിന്റെ ചുളിവുകൾ മറ്റെന്തോ സുഖകരമായ ചിത്രങ്ങളായി മാറി. എന്തിനധികം, പപ്പായും മകനും ഇരുന്ന് സദ്യയുണ്ടു. ഏമ്പക്കങ്ങൾ ഉതിർത്തു.

ഇരുവരും രഹസ്യം പുറത്തുവിട്ടില്ല. കല്ലേറുകൊണ്ട് മരിക്കാൻ ആർക്കാണിഷ്ടം. ഹോ-ടിയുടെ കൊച്ചുകുടിൽ ഇടയ്ക്കിടെ കത്തിക്കൊണ്ടിരുന്നു. പെൺപന്നികൾ പ്രസവിക്കുന്ന ഒന്നുരണ്ടാഴ്ചയ്ക്കുള്ളിൽ വീട് കത്തും.

സത്യം മത്തങ്ങപോലെയാണ്; മൂടിവയ്ക്കാൻ എത്രനാൾ കഴിയും. പപ്പയും മകനും തലസ്ഥാനത്തേക്ക് വിളിക്കപ്പെട്ടു. സംഗതി കോടതിയിലെത്തി. കോടതിയിൽ കാര്യം പുനരാവിഷ്ക്കരിക്കപ്പെട്ടു. ചുട്ടുപൊള്ളുന്ന, നെയ്യിറ്റിറ്റ് വീഴുന്ന പന്നിക്കുഞ്ഞിന്റെ കൊറു ഹോ-ടി ന്യായാധിപന്റെ കൈയിൽ കൊടുത്തു. അദ്ദേഹത്തിന്റെ വിരൽ പൊള്ളുകയും എല്ലാവരും ചെയ്യുന്നതുപോലെ വിരൽ വായ്ക്കകത്ത് തള്ളുകയും ചെയ്തു.

കോടതി വിധിക്കായി കാതോർത്തവർ നിരാശരായി. ‘ഇവർ നിഷ്കളങ്കർ’ എന്നെഴുതിവച്ച് ന്യായാധിപൻ സ്ഥലംവിട്ടു. പിന്നീട് അദ്ദേഹത്തിന്റെ വീടും ഇടയ്ക്കിടെ കത്തിക്കൊണ്ടിരുന്നതായി ജനം മനസ്സിലാക്കി. പന്നികളെ വളർത്തിയിരുന്ന പലരുടെയും വീടുകൾ കത്തി. പിന്നീട് ഒരു പ്രവാചകൻ ഉദ്ബോധിപ്പിക്കുന്നതുവരെ,

'പന്നിയെ പൊള്ളിക്കാൻ വീടുകൾ കത്തിക്കേണ്ടതില്ല' - ജനം ആ പ്രബോധനം ചെവികൊണ്ടു.

ചൈനീസ്

മുത്തുകൾ

അന്നു കാലത്ത് ഇൻഷൂറൻസുകാരുണ്ടായിരുന്നെങ്കിൽ 'കടപൂട്ടി' വീട്ടിലിരിക്കേണ്ടിവന്നേനേ.

പല കണ്ടുപിടുത്തങ്ങളും അബദ്ധങ്ങളിൽനിന്നാണുണ്ടായിരിക്കുന്നത്. അലക്സാണ്ടർ ഫ്ളെമിങ്ങിന്റെ പെൻസിലിൻ, കോൺറാഡ് റോൺജന്റെ എക്സ്റെ, ആൽഫ്രഡ് നോബേലിന്റെ ഡൈനാമൈറ്റ്, എന്നിങ്ങനെ പലതും കണ്ടുപിടിച്ചത് അവിചാരിതമായി മാത്രമായിരുന്നു. ഭക്ഷണം പാകം ചെയ്ത് കഴിക്കാമെന്നും അതുപോലെത്തന്നെയൊരു കണ്ടുപിടുത്തമായിരുന്നു. അബിസീനിയക്കാർ (ഇപ്പോഴത്തെ എത്യോപ്യക്കാർ) പച്ചമാംസം കഴിച്ചിരുന്നതിന്റെ പ്രതീകമായി, ഇപ്പോഴും അവരുടെ ഭക്ഷണത്തിന്റെ കൂടെ അല്പം പച്ചമാംസം വിളമ്പുന്നു എന്നത്, അവിടെ കുറച്ചുകാലം അദ്ധ്യാപകനായി ജോലിചെയ്ത ഈ ലേഖകനറിയാം.

ചൈനക്കാർക്ക് പന്നിമാംസം ഇഷ്ടവിഭവമാണ്. അയ്യായിരം, ആറായിരംവരെ പന്നികളെ വളർത്തുന്ന ഫാമുകൾ ധാരാളമുണ്ടവിടെ. ഏതാണ്ട് 500 മില്യൺ പന്നികളെ ഒരു കൊല്ലം അവർ ഉപയോഗിക്കുമത്രെ. ഒരുപാട് കൃഷിക്കാർ പന്നിഫാം നടത്തി ഉപജീവനം കണ്ടെത്തുകയും മാംസം കയറ്റി അയച്ച് സർക്കാർ പണമുണ്ടാക്കുകയും ചെയ്യുന്നു. ലോകത്തിലാകെയുള്ള പന്നികളുടെ പകുതിയും ചൈനയിൽത്തന്നെ ഉപയോഗിക്കപ്പെടുന്നു എന്നാണ് കണക്ക്. പന്നികൾ ഐശ്വര്യത്തിന്റെ ചിഹ്നമാണവർക്ക്. 'ഇറച്ചി' എന്നാൽ പന്നിമാംസമാണവർക്ക്. കഥകളിലും കവിതകളിലും എന്തിന് അവരുടെ 'സോഡിയാക്' (zodiac) കലണ്ടറിൽപോലും പന്നി ഒരു ഭാഗ്യമൃഗമാണ്. പതിനായിരം വർഷങ്ങൾക്ക് മുമ്പുതന്നെ ചൈനക്കാർ പന്നികളെ വളർത്തി പരിപാലിച്ചിരുന്നതായി ചരിത്രം രേഖപ്പെടുത്തുന്നു.

ജൂതന്മാർക്കും മുസ്ലീങ്ങൾക്കും പന്നി 'ഹറാം' ആണ്. അതൊരു വൃത്തികെട്ട മൃഗമാണെന്നാണ് അവർ പറയുന്നത്.

ബൈബിളിൽ (മാത്യു 8:28-34) ദുരാത്മാക്കളെ പന്നികളിലേക്ക് സന്നിവേശിപ്പിച്ചതായും അവർ കടലിൽ ചാടി ആത്മഹത്യ ചെയ്തതായും വായിക്കുന്നു.

ഭക്ഷണത്തെക്കുറിച്ച് ചൈനീസ് പഴമൊഴികൾ

1. "സംസാരം അരി വേവിക്കില്ല."
   (Talk doesn't cook rice.)

2. "സ്വർഗ്ഗത്തിനെതിരെ മുതുകുതിരിച്ച് നടക്കുകയോ നീന്തുകയോ ഇഴയുകയോ പറക്കുകയോ ചെയ്യുന്ന എന്തിനേയും തിന്നാം."
   (Anything that walks, swims, crawls or flies with its back to heaven, is edible.)

3. "ഭരിക്കുന്നവർക്ക് ജനങ്ങൾ സ്വർഗ്ഗം; ജനങ്ങൾക്ക് ഭക്ഷണം സ്വർഗ്ഗം."
   (To the ruler the people are heaven, to the people food is heaven.)

■